பிலிப்பைன்ஸ் நாட்டு
குழந்தைகளுக்குப் பிடித்த கதைகள்

தொகுப்பு :

லியானா ரொமுலோ

தமிழில் :

சூ.ம.ஜெயசீலன்

BOOKS
FOR
CHILDREN

Philippines Nattu Kuzhanthaigalukku Piditha Kathaigal

Su.Ma. Jeyaseelan

First Edition: September, 2022

Published by

BOOKS FOR CHILDREN

im print of Bharathi Puthakalayam

7, Elango Salai, Teynampet, Chennai - 600 018

Email: bharathiputhakalayam@gmail.com | www.thamizhbooks.com

பிலிப்பைன்ஸ் நாட்டு குழந்தைகளுக்குப் பிடித்த கதைகள்

தமிழில்: சு.ம.ஜெயசீலன்

முதல் பதிப்பு: செப்டம்பர், 2022

வெளியீடு

புக்ஸ் ஃபார் சில்ரன்

பாரதி புத்தகாலயத்தின் ஓர் அங்கம்

7, இளங்கோ சாலை, தேனாம்பேட்டை, சென்னை-600 018

தொலைபேசி : 044- 24332424, 24330024 | விற்பனை: 24332924

விற்பனை நிலையம்

7, இளங்கோ சாலை, தேனாம்பேட்டை, சென்னை- 600 018

விற்பனை நிலையங்கள்

அருப்புக்கோட்டை: கதவுஎண் 49 A/4 மெயின் ரோடு, தெற்கு தெரு - 9994173551
ஈரோடு: 39: 39 ஸ்டேட் பாங்க் சாலை - 9245448353
கரூர்: நாரத கானசபா அருகில் (TNGEA OFFICE)- 9442706676
காரைக்குடி : 12, 2 வது தெரு, கம்பன் மணிமண்டபம் பின்புறம் - 9443406150
கும்பகோணம்: 352, ரயில் நிலையம் எதிரில் - 9443995061
குன்னூர்: N.K.N வணிக வளாகம் பெட்போர்ட்
கோவை: 77, மசக்காளிபாளையம் ரோடு, பீளமேடு - 8903707294
சிதம்பரம்: 22A / 18B தேரடி கடைத் தெரு, கீழவீதி அருகில் - 9994399347
செங்கல்பட்டு: 1 D ஜி.எஸ்.டி சாலை - 044 27426964 | சேலம்: 15, வித்யாலயா சாலை சாலை
சேலம்: பாலம் 35, அத்வைத ஆஸ்ரமம் சாலை 0427 2335952
தஞ்சாவூர்: காந்திஜி வணிக வளாகம் காந்திஜி சாலை - 9655542400
திண்டுக்கல்: பேருந்து நிலையம் - 9942331105, 9976053719
திருச்சி: வெண்மணி இல்லம், கரூர் புறவழிச்சாலை - 9994289492
திருநெல்வேலி: 25A, ராஜேந்திரநகர் - 9442149981 | திருப்பூர்: 447, அவினாசி சாலை - 9486105018
திருவண்ணாமலை: முத்தம்மாள் நகர் | திருவல்லிக்கேணி: 48, தேரடி தெரு - 9444428358
திருவாரூர்: 35, நேதாஜி சாலை - 9442540543 | நாகர்கோவில்: 699 கே.பி.ரோடு R.V.புரம் - 9443450111
நெய்வேலி: பேருந்து நிலையம் அருகில், - 9443659147 | பழனி: பேருந்து நிலையம் அருகில் - 9442883696
பாண்டிச்சேரி : கிழக்கு கடற்கரைச்சாலை, இலாசுப்பேட்டை, 9486102777
பெரம்பூர்: 52, கூக்ஸ் ரோடு - 9444373716 | மதுரை: 37A, பெரியார் பேருந்து நிலையம் - 045 22324674
மதுரை: சர்வோதயா மெயின்ரோடு
வடபழனி: பேருந்து நிலையம் எதிரில் அடையார் ஆனந்தபவன் மாடியில் - 9444476967
விருதுநகர்: 131, கச்சேரி சாலை - 0456 2245300 | வேலூர்: பேஸ் III, சத்துவாச்சாரி - 9442553893

நினைத்த நூல்கள்... நினைத்த நேரத்தில்...

BharathiTV | www.bookday.in

thamizhbooks.com

8778073949

அச்சு : பிரிண்டெக், சென்னை - 600 005.

சு.ம.ஜெயசீலன்

வாசிப்புப் பழக்கத்தையும் எழுதும் ஆர்வத்தையும் மாணவர்களிடம் கொண்டுசெல்லும் எழுத்தாளர் மற்றும் மொழிபெயர்ப்பாளர். இந்து தமிழ் திசை நாளிதழ், காமதேனு, யாவரும், கனலி, கலகம் போன்ற இதழ்களிலும், இணையதளங்களிலும் இவரின் கட்டுரைகள், சிறுகதைகள் மற்றும் மொழிபெயர்ப்புச் சிறுகதைகள் வெளிவந்துள்ளன.

இவரின் **'இது நம் குழந்தைகளின் வகுப்பறை'** நூல், சென்னை புத்தகத் திருவிழா 2017-இல் **சிறந்த கல்வி நூல் விருது** பெற்றது. மேலும், கல்வியியல் பாடத்திட்டத்தில் *EPC – Reading and Reflecting on Texts* பிரிவில் இடம் பெற்றுள்ளது.

மங்கலக்குடி வழி,
ஆண்டாவூரணி – 623308,
இராமநாதபுரம் மாவட்டம்.
பேச & புலனம்: +91 9600 45 7040
மின்னஞ்சல்: sumajeyaseelan@gmail.com

கதை உலகம்

01

ஏன் கொசுக்கள் நம் காதுகளைச் சுற்றுகின்றன?

வெகுகாலத்துக்கு முன்பு, நெல் வயலுக்கு அருகில் இருந்த மீன் குளத்தில் மேகா என்கிற மிகப்பெரிய நண்டு ஒன்று வாழ்ந்தது. மேகா, சாதாரண நண்டு அல்ல! நண்டுகளின் அரசன். எல்லாரும் மேகாவுக்குப் பயந்தார்கள்.

மேகா, எப்போதும் எரிச்சலோடு இருந்ததுடன், தனது சித்தப்பா, பெரியப்பா பிள்ளைகளைவிட ஏறக்குறைய இரண்டு மடங்கு குண்டாகவும் இருந்தது.

மேகாவுக்கு கோபம் வந்துவிட்டால், அதன் கூர்மையான நகங்கள் எல்லா பக்கமும் சரக் சரக் என்று போகும். உடனே, மீன்கள், மின்மினி பூச்சிகள், புழுக்கள், தவளைகள், கொசுக்கள், நத்தைகள், பறவைகள் உள்ளிட்ட அனைத்தும் தப்பித்து ஓடிவிடும்.

அன்றொருநாள், மேகாவுக்கு தூக்கம் வரவில்லை. இதுவொன்றும் வழக்கத்துக்கு மாறானது அல்ல. தூங்குவது மேகாவுக்கு எப்போதுமே சிக்கல்தான். குளத்து 'நாட்டில்' வாழ்ந்த ஒவ்வொருவருக்கும் இது தெரியும். மேகா தூங்கும்போது யாராவது எழுப்பினால் மேகாவுக்கு பயங்கரமாக கோபம் வரும் என்பதும் அவர்களுக்குத் தெரியும்.

குறிப்பிட்ட அந்த இரவில், ஒரு நிலையில் இருக்க இயலாமல் வீட்டுக்கு உள்ளேயும் வெளியேயும் மேகா சத்தமில்லாமல் நடந்துகொண்டிருந்தது. நடந்த களைப்பில் தூங்கிவிடலாம் என்பது அதன் எண்ணம்.

பூமியில் இருந்த ஒரு வளைதான் மேகாவின் வீடு. வளை மிகவும் ஆழமாகவும் இருள் நிறைந்த குகையாகவும் இருந்தது. தூக்கம் வராததால், அருகிலேயே வளையில் வாழ்ந்த வயதான ஊர்த் தலைவரை அழைக்க மேகா முடிவெடுத்தது. "ககாங்", அமைதியான இரவில் மேகா கத்தியது, "ககாங்".

சிறிது நேரம் கழித்து, மேகா இருக்கும் இடத்துக்கு ககாங் நண்டு வந்தது. ககாங் ஊர்த் தலைவராக இருந்தாலும், வயதாகி, எளிதில் உடைந்துவிடக்கூடிய நிலையில் இருந்தது. புழுக்களை விரட்டுவதே அதற்குக் கஷ்டம். "வணக்கம்!" தன் பழுப்புநிற உணர்கொம்புகளை வெட்டிவெட்டி இழுத்துக்கொண்டு, "நான் என்ன செய்ய வேண்டும்?" என்று கேட்டது.

"உன் கண்ணில் படும் அனைத்து தவளைகளையும் ஒன்று சேர்த்து இங்கே அழைத்து வா. என்னால் தூங்க இயலவில்லை. எனக்காக அவைகள் பாட்டு பாடட்டும்" என்றது.

வெகுநேரம் கழித்து வீட்டுக்குத் திரும்பிய மேகா, தவளைகளின் பாடலைக் கேட்டுக்கொண்டே தூங்க ஆரம்பித்தது.

"கோகக், கோகக்,

ஓய்வாக படு, ஓய்வாக படு.

பிளிடீட், பிளிடீட்

நீ கண்மூடி தூங்கு"

தவளைகள் இணைந்து பாடின.

மேகா விரைவிலேயே ஆழ்ந்து தூங்கியது.

கிர்ர்ர்ர்ர்ர்ர்ர்ர்க்...

கீர்ர்ர்ர்ர்ர்ர்ர்ர்க்....

வ்ர்ஷ்ஷ்ஷ்...

வ்ர்ஷ்ஷ்ஷ்....

சத்தமாக குறட்டை விட்டது.

ககாங், தனக்கும் தூக்கம் வந்ததால், தூங்குவதற்காக தன்னுடைய வளைக்கு தவழ்ந்து சென்றது.

“கோகக், கோகக்,

ஓய்வாக படு, ஓய்வாக படு.

பிளிடீட், பிளிடீட்

நீ கண்மூடி தூங்கு”

தவளைகள் பாடிக்கொண்டே இருந்தன.

திடீரென, பெரிய மழைத்துளிகள் வானிலிருந்து விழத் தொடங்கின.

“ஹா, ஹா,” சிரித்துக்கொண்டே ஒரு தவளை சொன்னது, “அரசரின் குறட்டை சத்தம் கேட்டு மழையே வந்துவிட்டது!”. உடனே எல்லா தவளைகளும்

சிரிக்க ஆரம்பித்தன. "ஹா, ஹா, ஹா," தங்கள் தொப்பைகளைப் பிடித்துக்கொண்டு சிரித்தன.

தவளைகள் எந்த அளவுக்கு மகிழ்ச்சியாக இருந்தன என்றால், வளையிலிருந்து மேகா வெளியே வந்ததைக்கூட கவனிக்கவில்லை. தூக்கம் கலைந்ததால், மேகா மிகவும் கோபமாக இருந்தது.

"ஐயோ! வாங்க ஓடிவிடுவோம்" என்று சொல்லி, பயத்தில் ஆளுக்கொரு திசையில் மறைவிடம் தேடி தவளைகள் ஓடின. வழுக்குப் பாறைக்குப் பின்னால், உயரமான புற்களுக்குள், குளத்தில் இருந்த நீர் அல்லிக்கு அடியில் குதித்து மறைந்தன.

மறுநாள் காலையில், சூரியன் உதிக்கத் தொடங்குகையிலேயே, ககாங்கை அழைத்த மேகா, "அனைத்து தவளைகளையும் அவசர கூட்டத்துக்கு வரச் சொல்" என்று கட்டளையிட்டது.

தவளைகள் வந்ததும், மிக நெருக்கமாகச் சென்று, "நேற்று இரவு ஏன் அதிக சத்தம் போட்டீர்கள்?" தன் கூர்மையான நகங்களை தரையில் அடித்துக்கொண்டே மேகா கேட்டது.

நடுங்கிய தவளைகள் ஒருவரையொருவர் இறுக்கிப் பிடித்துக்கொண்டன. தங்களில் யாரையாவது ஒருவரை, கூர்மையான நகத்தால் ஒரே அடியில் இரண்டு துண்டுகளாக்கும் பலம் மேகாவுக்கு இருக்கிறது என்பது தவளைகளுக்கு நன்கு தெரியும்.

கூர்மையான நகங்களை தலைக்கு மேலே உயர்த்திய மேகா, "நானே அரசன்!" என்று முழங்கியது. "நான் தூங்கும்போது, நீங்கள் ஒருபோதும் என்னைத் தொந்தரவு செய்யவே கூடாது."

தவளைகள் கவலையுடன் ஒருவரையொருவர் பார்த்தன. தைரியமான ஒரு தவளை முன்னே சென்று, "தலைவரே!" தன்னால் இயன்றளவு பணிவுடன், "எங்கள் நண்பர், நத்தை, அதனுடைய வீட்டை

தோளில் சுமந்து சென்றதைப் பார்த்தோம் அதனால்தான் சிரித்தோம்" என்றது.

மேகா, அதை உற்றுப் பார்த்தது. தவளை மெல்ல தன் தலையைத் தாழ்த்தியது. மேகாவை எப்படி சமாளிப்பது என்று, பலசாலி தவளைக்கு நன்றாகவே தெரிந்திருந்தது.

யோசித்துக்கொண்டே தலையை ஆட்டிய மேகா, "ஓ அப்படியா! நத்தைதான் உங்களைச் சிரிக்க வைத்திருக்கிறது" என்று சொன்னது.

"ஆம்!" என்றது தவளை.

"அப்படியென்றால்," அதன் குரலில் வேகம் கொஞ்சம் குறைந்திருந்தது, "இந்த முறை உங்களை மன்னிக்கிறேன். ஆனால், அடுத்த முறை______________" *சரக்! சரக்!* பயமுறுத்துவதற்காக கூர்மையான நகங்களை தரையில் தேய்த்து, "___________உங்கள் எல்லாருக்கும் தண்டனை கிடைக்கும்!" என்றது.

தவளைகளைப் போகச் சொல்லிவிட்டு, ககாங் பக்கம் திரும்பிய மேகா, "அந்த நத்தையைக் கண்டுபிடித்து கைது செய்து வாருங்கள்" என்றது.

சில மணி நேரங்களுக்குப் பிறகு, நத்தையுடன் திரும்பி வந்தது ககாங். மேகாவின் மிகப்பெரிய இடுக்கியைப் பார்த்ததும் நத்தை நடுங்கத் தொடங்கியது. *சரக்! சரக்!* மேகாவின் கூர்மையான நகங்கள் முன்னோக்கிச் சென்றன.

நத்தையை நோக்கி தன் கூர்மையான நகத்தை நீட்டி, "நீ ஏன் நேற்றிரவு உன் வீட்டை முதுகில் சுமந்து அலைந்துகொண்டிருந்தாய்?" என்று மேகா கேட்டது.

"ஐ..ஐ..ஐ..யா," நத்தை தடுமாறியது, "இந்த மி... மி...மி...மின்மினிப் பூச்சி என் வீட்டுக்கு மிக அருகில் பறந்துகொண்டிருந்தது. அப்பூச்சியால், என் வீடு தீ பிடித்துவிடுமோ என்று பயந்தேன்" என்றது.

மேகா சற்று நேரம் அமைதியாக இருந்தது. "ஓ அப்படியா! உன்னுடைய வீட்டை நீ முதுகில் சுமந்துகொண்டு என் நிலத்தில் அலைவதற்கு மின்மினிப் பூச்சிதான் காரணமாக இருந்துள்ளது" என்று சொன்னது.

நத்தைக்கு அருகில் காவலுக்கு நின்ற ககாங்கைப் பார்த்த மேகா, "இந்த கதையை நீ நம்புகிறாயா?" என்று கேட்டது.

ககாங் தலையை ஆட்டி, "இது, சொல்வது உண்மை என்றுதான் நினைக்கிறேன்" என்றது.

"அப்படியென்றால், நத்தை செல்லட்டும். மின்மினிப் பூச்சியை கைது செய்யுங்கள்" கூர்மையான நகத்தை கோபத்துடன் வெட்டி இழுத்தபடி, மேகா சொன்னது, "அந்த மின்மினிப்பூச்சியை இப்போதே கண்டுபிடியுங்கள்."

ககாங் மதியம் திரும்பி வந்தார், அவருக்கு அருகில் மின்மினிப் பூச்சி பதற்றத்துடன் படபடத்தது. "என்ன நடந்திருந்தாலும்," நடுங்கிக்கொண்டே சொன்னது, "சத்தியமாக சொல்கிறேன், நான் ஒன்றும் செய்யவில்லை."

"பேசாதே!" மேகா பொங்கியெழுந்தது. வெயிலின் வெப்பம், அதன் முதுகில் அதிகம் தாக்கியதால், நிமிடத்துக்கு நிமிடம் கோபத்தில் வெறியேறியது.

"மின்மினிப் பூச்சியே! ஏன் அப்படிச் செய்தாய் என்று சொல்_____?" *சரக்! சரக்! சரக்!* "________ நேற்று இரவு நத்தை வீட்டுக்கு அருகில் ஏன் நெருப்பை கொண்டு சென்றாய்?"

மின்மினிப் பூச்சியின் இறக்கை திடீரென அப்படியே நின்றுவிட்டது. முகம் கலையிழந்தது. பயத்தில் அசையக்கூட இயலவில்லை.

"நா..நா...நான்_____" அது பேச ஆரம்பித்தது.

"சொல்லு மின்மினிப்பூச்சி," மேகா பொறுமையில்லாமல் கத்தியது, "உன் பதிலுக்காக நாள் முழுவதும் காத்திருக்க முடியாது."

"நா..நா..நான்____," மின்மினிப் பூச்சி மறுபடியும் முயற்சி செய்து, "கொசு என்னைக் கடிக்க வருந்ததால், அதை விரட்டுவதற்காக நான் நெருப்பைக் காட்ட வேண்டியிருந்தது" என்றது.

மின்மினிப் பூச்சியின் கதை, மேகாவுக்கு நம்பக்கூடிய அளவிலே இருந்தது. கொசுவைக் கைது செய்யுமாறு ககாங்குக்கு கட்டளை இடுவதற்கு முன்பாக, ககாங் களைப்போடு சொன்னது, "கொசு எங்கே இருக்கிறது என்று பார்த்து அதைக் கைது செய்து வரவேண்டுமா?"

"இப்போதே இங்கு அழைத்து வா!" அடக்க முடியாத கோபத்தில், தொடர்ச்சியாக இடுக்கியை இழுத்துக்கொண்டே சொன்னது.

சரக் !சரக்! சரக்! சரக்!

மின்மினிப் பூச்சி பறந்ததும், கடமை உணர்வோடு கொசுவைத் தேடி புறப்பட்டது ககாங். மாலை வேளையில் ஹம்மிங் கொசுவுடன் திரும்பி வந்தது.

"வணக்கம் அரசரே! என்னை ஏன் இங்கே வரவழைத்தீர்கள்?" என்று கேட்ட கொசு, மிகச் சாதாரணமாக மேகா அமர்ந்திருந்த இடத்தைச் சுற்றி வந்தது.

கொசுவின் குரல் தொனியை மேகா கொஞ்சம்கூட ரசிக்கவில்லை. கொசு பயந்ததுபோலவும் தெரியவில்லை.

சரக்! சரக்! சரக்!

பயமுறுத்துவதற்காக கூரிய நகத்தை, இழுத்தது.

சரக்! சரக்!

“நீ ஏன் மின்மினிப் பூச்சியை கடிக்க முயன்றாய்?”

மேகாவுக்கு இன்னும் அருகில் பறந்து வந்து சத்தமாக சிரித்த கொசு, “நான் கொசு, சரிதானே? நான் அப்படித்தான் செய்வேன்” என்றது.

“நீ தண்டிக்கப்படுவாய்” விழி பிதுங்க கோபத்தில் கத்தியது மேகா.

இதைக் கேட்டதும், வேகமாக பறந்து சென்ற கொசு மேகாவின் கண்ணில் கொத்தியது. மேகாவின் உடலில் கண் மட்டும்தான் மென்மையானது என்பது கொசுவுக்குத் தெரியும்.

“ஆ.....” மேகா கோபத்தில் கத்தியது.

“ககாங், அந்த சிறு வண்டைக் கொல்” அலறியது.

ஏற்கெனவே ககாங் முற்றிலும் களைத்துப்போயிருந்தது. இருப்பினும், ஆற்றல் அனைத்தையும் ஒன்று சேர்த்து தன்னுடைய இடுக்கியை உயர்த்தியது. பலமில்லாத ஒரு கூரிய நகத்தை *சரக்! சரக்!* என்று இழுத்தது.

கொசு, அடக்க முடியாமல் சிரித்தது. ககாங்கின் கூரிய நகங்களுக்கு இடையே தைரியமாகப் பறந்து கேலி செய்தது. ககாங் ஒரே அடியாக அடிக்கும் வரை, உள்ளேயும் வெளியேயும் கவலையே இல்லாமல் பறந்தது. அடிபட்டதும், சிரிப்பதை நிறுத்திய கொசு நிலத்தில் விழுந்து இறந்தது.

எங்கிருந்துதான் வந்ததோ, கொசு படை ஊஊ என்று கத்திக்கொண்டு வந்தது. ஷ்ஷ்ஷ்.. ஷ்ஷ்ஷ்..ஷ்ஷ்ஷ்....! இறந்த கொசுவின் நூற்றுக்கணக்கான நண்பர்கள் மேகாவையும், பலமற்ற வயதான ககாங்கையும் சுற்றி வளைத்தன. இருவரின் கண்களிலும் பலமாகக் கடித்தன.

சரக்! சரக்! நண்டுகள் திருப்பி சண்டையிட்டன.

ஆனால், மேகாவின் பலமிக்க கூர்மையான நகத்தினால் ஒரு பயனும் இல்லை. கொசுக்கள் அளவில் மிகச் சிறிதாக இருந்தாலும், மிக வேகமாகச் செயல்பட்டன.

கடைசியில், மேகாவும், ககாங்கும் முயற்சியை கைவிட்டு, தங்கள் வளைக்குள் வேகமாக ஓடின. கொசுப் படை, அவர்களுக்குப் பின்னால் வெகு அருகில் துரத்திச் சென்றது.

பூமிக்கடியில் இருந்த தங்களுடைய வளை வீடுகளுக்குள் சென்று பாதுகாப்பாக மறைந்த மேகாவையும், ககாங்கையும் கொசுக்களால் பிடிக்க இயலவில்லை.

இன்று, ஆயிரமாயிரம் ஆண்டுகளுக்குப் பிறகும், மேகாவும், ககாங்கும் வளையிலிருந்து வெளியே வருவதற்காக கொசுக்கள் காத்திருக்கின்றன. எப்பொழுதெல்லாம் கொசுக்கள் நம் காதுகளில் உள்ள குழிகளைப் பார்க்கின்றனவோ, அப்பொழுதெல்லாம் மேகா மற்றும் ககாங்கின் வளைகள் அவைகளுக்கு ஞாபகம் வருகிறது. எனவேதான், கொசுக்கள் நம் காதுகளைச் சுற்றுகின்றன.

02
கொடூர அரக்கன்

“தயவுசெய்து என்னைக் காயப்படுத்தாதே!” நடுங்கிக்கொண்டே தட்டாம்பூச்சி சொன்னது.

இரக்கமில்லாத, அசிங்கமான கொடூர அரக்கன் சிரிக்க மட்டும் செய்தான், “ஹா, ஹா, ஹா, ஹா”

தென்னைமரம் அளவுக்கு உயரமாக இருந்த அரக்கன், முடி நிறைந்த தன் முகத்துக்கு அருகே தட்டாம்பூச்சியை பிடித்திருந்தான். தட்டானின் மெல்லிய வால் அரக்கனின் கட்டைவிரலுக்கும் ஆட்காட்டி விரலுக்கும் இடையே மாட்டியிருந்தது.

அரக்கனின் பெரிய கருப்பு கண்களில் ஒன்றைப் பார்த்து, பயத்தில் நடுங்கியபடி தட்டாம்பூச்சி சொன்னது, “நான் கெஞ்சிக் கேட்கிறேன். தயவுசெய்து என்னை விட்டுவிடு.”

அரக்கன் மறுபடியும் சிரித்தான். அச்சிரிப்பின் பேரோசை மேடு பள்ளங்கள் நிறைந்த மலையில் இடிபோல மோதியது. "நீ அழகான இறக்கைகளை வைத்திருக்கிறாய்," என்று சொன்ன அரக்கன், "உனக்கு இரண்டு இறக்கைகள் தேவையில்லை, சரியா?" சொல்லிக்கொண்டே ஒளிபுகும் அதன் இறக்கைகளுள் ஒன்றைப் பிடுங்கினான்.

"ஆ..ஆ" தட்டாம்பூச்சி கத்தியது.

காற்றில் உருண்டு புல்லின் மேல் விழுந்தது தட்டாம்பூச்சி. அதை ஓரத்தில் தள்ளிப் போட்டுவிட்டு, மலை உச்சியில் இருந்த தன் வீட்டுக்குப் புறப்பட்டான் அரக்கன்.

அரக்கனுக்கு பெரிய வீடு இருந்தாலும், அவன் தனியாகத்தான் வாழ்ந்தான். ஏனென்றால், ஊருக்குள் இருந்த அனைத்து உயிரினங்களும் அரக்கனை வெறுத்தன. அவன் காரணமே இல்லாமல், பல்லியின் வாலை வெட்டுவான், எறும்புப் புற்றை உடைப்பான், பட்டாம்பூச்சியை நெகிழி பைகளுக்குள் அடைத்து வைப்பான்.

சிறிது நேரம் கழித்து, பாம்பு ஊர்ந்து வந்தது. வளர்ந்த புற்களுக்கு மத்தியில் தட்டாம்பூச்சி சிக்கிக் கிடப்பதைப் பார்த்தது. தட்டாம்பூச்சி அழுதுகொண்டே, அரக்கன் இப்படி செய்துவிட்டதாகச் சொன்னது. மிகுந்த கோபத்துடன், "கண்டிப்பாக அவனைத் தண்டிக்க வேண்டும். இதுவரை நாம் அவன் செய்யும் கொடுமைகளைப் பொறுத்தது போதும்" என்றது பாம்பு.

தட்டாம்பூச்சி, அமைதியாகத் தலையை ஆட்டி, "அரக்கன் இல்லையென்றால் நாம் அனைவரும் மகிழ்ச்சியாக வாழலாம். அவன் இரக்கமே இல்லாத கொடூரன்" என்றது.

பாம்பு, முதுகில் தட்டாம்பூச்சியைச் சுமந்து தன்னுடைய வீட்டுக்குக் கொண்டு சென்றது. என்ன செய்யலாம் என்று சிந்தித்து, பல்லி, பட்டாம்பூச்சி மற்றும் எறும்பின் உதவியையும் நாடுவோம் என்று முடிவெடுத்தது. "நாம் எல்லாரும் சேர்ந்து அந்த அரக்கனைத் தண்டிக்கலாம்" என்று சொன்னது.

மறுநாள் அதிகாலையில், பாம்பு தன் திட்டத்தை மற்றவர்களிடம் தெரிவித்ததும், "நிச்சயமாக! நான் உதவி செய்கிறேன்" என்றது பல்லி.

பட்டாம்பூச்சி தன் இறக்கைகளை உற்சாகமாக அடித்துக்கொண்டு, "ஆம்!, இன்றே செல்வோம்" என்றது.

எறும்புகூட உதவுவதற்குச் சம்மதித்து, "அந்த பயங்கரமான அரக்கனை விரட்டியடிக்க நீ என்ன சொன்னாலும் செய்கிறேன்" என்றது.

அரக்கனின் வீட்டுக்குச் செல்வதற்காக, நான்கு நண்பர்களும் பாதி தேங்காய் மூடியில் ஏறி ஆற்றைக் கடந்தார்கள். மதியம் அரக்கன் வெளியேறும் வரை காத்திருந்தார்கள்.

அவன் வெளியேறியதும், குளிர் நிறைந்த, யாருமில்லாத வீட்டுக்குள் நால்வரும் பதுங்கிச் சென்றார்கள்.

நண்பர்களிடம் பாம்பு தன் திட்டத்தைச் சொன்னது, "பல்லி, நீ குளியலறைக்குள் செல். எறும்பு, ஆடும் சாய்வு நாற்காலிக்கு அருகில் நீ காத்திரு." பல்லியும் எறும்பும் தங்களுக்குச் சொல்லப்பட்டவாறு செய்தன.

"நான் என்ன செய்ய வேண்டும் என்பது எனக்குத் தெரியும். நான் சமையலறையில் காத்திருக்கிறேன்" திட்டத்தைக் குறித்து நன்கு அறிந்திருந்த பட்டாம்பூச்சி சொன்னது.

பட்டாம்பூச்சி, எறும்பு, பாம்பு மற்றும் பல்லி நான்குபேரும் அமைதியாக அரக்கனின் வருகைக்காகக் காத்திருந்தார்கள்.

சிறிது நேரத்தில், முன் வாசல் வழியாக அரக்கன் வேகமாக வந்தான். தினமும் செய்ததுபோல தன் கத்தியை மேசைமீது வைத்துவிட்டு, நேரடியாக சாய்வு நாற்காலிக்குச் சென்றான். நாற்காலியின் சாய்வு பகுதியில் எறும்பு அவனுக்காகக் காத்திருந்தது.

அரக்கன், சத்தமாக பெருமூச்சுவிட்டுக்கொண்டே நாற்காலியில் அமர்ந்தான்.

"ஆ..ஆ" என்று கத்தினான். எறும்பு அவனது கழுத்தில் நன்கு கடித்துவிட்டது.

"ஆ...ஆ" அவன் மறுபடியும் அலறினான்.

நாற்காலியில் இருந்து குதித்தெழுந்து, சிவந்த கழுத்தை வேகமாக மேலும் மேலும் தேய்த்தான்.

இதற்குள், எறும்பு ஊர்ந்து அரக்கனின் மோவாய்க்குச் சென்றது. அவனது உதட்டில் அழுந்த கடித்தது. "ஈஈஈயோவ்!" அரக்கன் கத்தினான்.

தனக்குக் கொடுக்கப்பட்ட வேலையைச் சிறப்பாகச்

செய்து முடித்துவிட்டு, அரக்கனின் பெரிய கைகளில் ஊர்ந்து தரையில் விழுந்தது எறும்பு.

கோபத்துடன் அரக்கன் சமையலறைக்கு ஓடினான். வழக்கமாகச் செய்வது போலவே அலமாரியிலிருந்து ஒரு பாத்திரத்தை இழுத்து, தண்ணீர் நிறைத்து அடுப்பில் வைத்தான். நெருப்பு பற்ற வைக்கப் போகும்போது, பட்டாம்பூச்சி அதனால் முடிந்தவரை வேகமாக தன் இறக்கைகளை அரக்கனின் கண்களுக்கு முன்னால் விசிறியது.

"வ்வ்வ்வ்வாவாவா" நெருப்புக் குச்சியை கீழே போட்டுவிட்டு, கண்களைக் கசக்கியபடி கத்தினான். தட்டுத் தடுமாறி பின்னாலேயே நடந்து அறைக்குச் சென்றான். உதடு பெரிய சிவப்பு பலூன்போல வீங்கியிருந்தது. அவனால் பார்க்க முடியவில்லை. எப்படியோ, வழியைக் கண்டுபிடித்து குளியலறைக்குச் சென்றான்.

சட்டையைக் கழற்றிவிட்டு, ஷு கயிறை அவிழ்ப்பதற்காக குனிந்தான். பல்லி, உடனடியாக வேலையில் இறங்கியது. எவ்வளவு முடியுமோ

அவ்வளவு விரைவாக சுவரில் இருந்து இறங்கி, அரக்கனின் ஆடையில்லாத முதுகில் குதித்தது.

"ஆ...ஆ!" என்ன நடக்கிறது என்று தெரியாமல் கத்தினான். முதுகில் இருந்து பல்லியை தட்டிவிடுவதற்காக நடனமே ஆடினான். பல்லி, அரக்கனின் சதையை தன் கால்களினால் நன்கு பற்றிப் பிடித்தது.

"என்னை விட்டுப் போ" அலறினான்.

அவனது பெரிய கனமான கைகள், எப்படியாவது பல்லியைப் பற்றிப் பிடித்துவிடமாட்டோமா என்று உடல் முழுவதும் மூர்க்கமாகச் சுழன்றது. முதுகின் நடுப்பகுதியில், உறுதியாகப் பற்றிக்கொண்டு, தன்னைப் பிடிக்க முடியாத இடத்தில் பல்லி பாதுகாப்பாக இருந்தது.

உடலெல்லாம் தடித்து புடைத்திருந்தபோது, பாம்பு தன் மறைவிடத்திலிருந்து வெளியே வந்தது. சத்தமில்லாமல், சரியான நேரத்தில், அரக்கனின் பெரிய கட்டை விரலில் சுற்றி, ஆழமாகக் கொத்தியது.

அரக்கன் தண்ணீர்த் தொட்டியில் விழுந்தான். தண்ணீரில் குப்புற விழுவதற்கு முன்பாக, தொட்டியின் விளிம்பில் தலை மோதியது.

எல்லாம் அமைதியாக இருந்தது. ஒருவழியாக, இரக்கமே இல்லாத கொடூர அரக்கன் அழிந்தான்.

03

துறவியும் இரண்டு புழுக்களும்

வெகுகாலத்துக்கு முன்பு நீளமான தாடியுடன் துறவி ஒருவர் வாழ்ந்தார். மிகவும் புனிதமான அந்த மனிதர், தான் வாழ்ந்த இருட்டுக் குகையில் பெரும்பாலான நேரத்தை ஜெபத்தில் செலவழித்தார். ஓர் அதிகாலை, காட்டில் சிறிது பழங்கள் சேகரிப்பதற்காக தன் குகையை விட்டு வெளியேறினார்.

“கவனம்” யாரோ பேசுவது கேட்டது.

குழப்பத்துடன் சுற்றிப் பார்த்தார் துறவி. யாருமே அங்கே இல்லை. பழங்களைப் பறித்து தன் கூடையில் போடத் தொடங்கினார். அப்போது, இலைகள் சலசலக்கும் சத்தம் கேட்டது.

“அப்படியே நில்லுங்கள்,” அந்தக் குரல் சொன்னது, “நீங்கள் எங்களை மிதிக்கப் போகிறீர்கள்.”

துறவி, கால் மடக்கி பாதியாக அமர்ந்து குனிந்து தனக்கு முன்பாக இருந்த செடிகளை ஆராய்ந்தார். சில காய்ந்த இலைகளையும் சிறிய பாறைகளையும் தள்ளினார்.

"நாங்கள் இங்கே, பாறைக்குக் கீழே இருக்கிறோம்," குரல் பேசியது.

இரண்டு கைகளாலும் பாறையைப் பிடித்த துறவி, கவனமாக மண்ணிலிருந்து தூக்கினார். கீழே, கொழுத்த, நெளியும் இரண்டு புழுக்களைப் பார்த்தார்.

"இந்த பாறைக்கு அடியில் சிக்கிக்கொண்டீர்களா?" அவைகளிடம் கேட்டார்.

"இல்லவே இல்லை. நீங்கள் ஒருவேளை எங்களைக் காயப்படுத்தி விடலாம்" புழுக்களில் ஒன்று சொன்னது.

"நான் உங்களைக் காயப்படுத்த மாட்டேன். உங்களைத் தாண்டி நான் என் வழியில் போய்விடுவேன்" துறவி கனிவுடன் சொன்னார்.

"ஓ, அப்படியா!" ஒரு புழு கோபமாகச் சொன்னது, "நடக்கும்போது வழியிலுள்ள மற்ற உயிர்களை காலுக்கு அடியில் நசுக்கிக் கொலை செய்கிறவர்கள்தானே நீங்கள்."

துறவி தன் தாடியைச் சொறிந்தார், "என்னது?"

புழு தொடர்ந்து பேசியது, "மனிதர்கள் அனைவரும், எங்களைப் போன்ற உயிரினங்களை, எதற்கும் பயனில்லாதவை என்னும் எண்ணத்துடனேயே நடத்துகிறீர்கள். மற்ற உயிரினங்களை மதிப்பதில்லை. மரங்களை வெட்டுகிறீர்கள், சுற்றுச்சூழலை மாசுபடுத்துகிறீர்கள்."

"ஹம்ம்ம்ம்," துறவி யோசித்துக்கொண்டே சொன்னார், "நீ சொல்வது சரியாக இருக்கலாம். மனிதர்கள் இயற்கையை அழிக்கிறார்கள்தான்." சிறிது

நேரம் கழித்து, “இதைக் குறித்து என்ன செய்யலாம் என நினைக்கிறாய்?” என்று கேட்டார்.

“என்ன செய்வதென்றால்....?” புழு பதிலுக்குக் கேட்டது.

“உன்னையும் உன் நண்பரையும் என்னால் மனிதர்களாக மாற்ற முடியும். நீங்கள் மனிதர்கள்

மத்தியில் வாழலாம். எப்படி உலகை மதிக்க வேண்டும் என்பதை நீங்கள் அவர்களுக்குக் கற்றுக் கொடுக்கலாம்" என்றார் துறவி.

இது தொடர்பாக இன்னும் சிறிது நேரம் பேசியபிறகு, இந்த பரிசோதனைக்கு புழுக்கள் சம்மதித்தன.

--- ப்பூஃம்! ---

உடனடியாக ஆணாகவும் பெண்ணாகவும் மாறினார்கள்.

புதிய தம்பதிகள் சிறிய விவசாய கிராமத்தில் வாழச் சென்றார்கள். அங்கே, அவர்கள் ஜினோ மற்றும் அனா ஃபுளோரெஸ் என்று அழைக்கப்பட்டார்கள். துறவி கொடுத்த பணத்தில் சிறிது நிலம் வாங்கி சாதாரண கூரை வீடு கட்டினார்கள். நிறைய பன்றிகளும் சிறிது கோழிகளும்கூட அவர்கள் வாங்கினார்கள்.

தொடக்கத்தில் ஜினோவும் அனாவும் நிலத்தில் சிரமப்பட்டு உழைத்தார்கள். சில புதிய நண்பர்களையும் பெற்றார்கள். கிடைக்கும் அனைத்து வாய்ப்புகளையும் பயன்படுத்தி, தங்களது முந்தைய வீட்டின் அழகு, வளமை மற்றும் மழைக்காடுகள் பற்றி நண்பர்களிடம் பேசினார்கள். கனிவுடனும் மதிப்புடனும் இயற்கையை நடத்துவது குறித்து மக்களுக்கு விழிப்புணர்வு கொடுக்க மற்ற நகரங்களுக்கும் பயணித்தார்கள்.

நாட்கள் ஆகஆக, இவர்களின் வயலில் நிறைய வேலைகள் சேர்ந்தன. பயணம் செல்லவும், உரையாற்றவும் குறைவான நேரமே கிடைத்தது. எவ்வளவு அதிகமாக உழைத்தார்களோ, அவ்வளவு அதிகம் பணம் சம்பாதித்தார்கள். காலப்போக்கில், சுற்றுச்சூழல் பற்றி பேசுவதையே மறந்தார்கள். அவர்களின் வீட்டைவிட்டு வந்து பத்து ஆண்டுகளுக்குப் பிறகு, மழைக்காடுகளைப் பற்றிய மங்கலான நினைவுகளே இருவருக்கும் இருந்தன.

சில ஆண்டுகளில், ஜினோவும் அனாவும் அந்த கிராமத்திலேயே பணக்கார தம்பதியர் ஆனார்கள். மரங்களை வெட்டி ஆடம்பரமான மாளிகை கட்ட முடிவெடுத்தார்கள். அந்த மாளிகையில், தங்கள் நண்பர்களுக்கு இரவு உணவு கொடுத்து சிறப்பிக்கத் திட்டமிட்டார்கள்.

புது வீட்டுக்குச் சென்ற முதல் நாள் இரவு, தோட்டத்தில் நடந்த விருந்துக்கு 100 விருந்தினர்களை அழைத்தார்கள்.

கொண்டாட்டத்தின்போது, பணியாளர்களுள் ஒருவர் அனா பக்கத்தில் சென்று, "வாசலில் ஒரு பிச்சைக்காரர் நிற்கிறார். அவரை போகச் சொன்னேன். ஆனால், உங்களிடமோ அல்லது உங்கள் கணவரிடமோ கண்டிப்பாகப் பேச வேண்டும் என்கிறார்" என்று சொன்னார்.

"அப்படியென்றால் அவரை காத்திருக்கச் சொல்," காற்றில் கையை அசைத்துக்கொண்டே, "களைத்துப்போய் அவராகவே சென்று விடுவார்" என்றார்.

"ஆம், அம்மா" என்றார் பணியாளர்.

சில மணி நேரங்கள் கடந்து, விருந்தினர்களுள் ஒருவருக்கு பிரியாவிடை கொடுத்தபோது, அந்த பிச்சைக்காரர் இன்னும் வாசலில் காத்துக்கொண்டிருப்பதை அனா கவனித்தார். அவரை நோக்கிச் செல்வதற்குப் பதிலாக, கணவரைத் தேடிச் சென்றார். "ஜினோ," விருந்தினர்களுக்கு கேட்கக்கூடாது என்பதற்காக மெல்லக் கிசுகிசுத்தார், "வெளியே ஒரு பிச்சைக்காரர் நிற்கிறார். போக மறுக்கிறார். நான் என்ன செய்ய?"

"அவனை நோக்கி நாயை அனுப்பு" என்று பதில் சொன்னார் ஜினோ.

கொண்டாட்டம் நடக்கும் இடம்நோக்கி ஜினோ திரும்பத்தான் செய்தார், பெரிய மின்னல் வானத்தில் வெட்டியது. மழை கொட்டத் தொடங்கியது. அனைத்து விருந்தினர்களும் வீட்டுக்குள் ஓடினார்கள்.

--- ப்பூஂஂம்! ---

வீடும் அதனுள் இருந்த அனைத்தும் உடனே மறைந்தன.

"ஓ, ஐயோ!" தெருவை நோக்கி ஓடும்போது விருந்தினர்கள் அனைவரும் கத்தினார்கள்.

சில நொடிகளில், ஜினோவும் அனாவும் புற்கள் மண்டியிருக்கும் இடத்தில் தாங்கள் நிற்பதைக் கண்டார்கள். என்ன நடந்திருக்கும் என்பதை யூகித்து ஜினோ சொன்னார், "அனா, உனக்கு நினைவிருக்கிறதா....?"

"நீ நினைப்பது சரிதான்," மழையில் அவர்களை நோக்கி வந்தவாறே வயதான பிச்சைக்காரர் பேசினார், "பத்து ஆண்டுகளுக்கு முன்பாக உங்களை மனிதர்களாக மாற்றிய துறவி நான்தான்."

உடனே, வயதான பிச்சைக்காரர் முன்பாக அனா மண்டியிட்டு கெஞ்சினார். "தயவுசெய்து

எங்களிடமிருந்து அனைத்தையும் எடுத்து விடாதீர்கள். நாங்கள் மிகவும் சிரமப்பட்டு உழைத்து..."

"நீங்கள்," துறவி இடைமறித்து சொன்னார், "தங்களைச் சுற்றியுள்ள உயிரினங்களை மதிக்காத மனிதர்கள் மீது கோபம் கொண்டவர்கள்தானே...." தன் விரலை உயர்த்தி அவர்களை நோக்கி ஆட்டினார்.

"உங்களைச் சுற்றி இருந்த அனைத்து மரங்களையும் நீங்கள் வெட்டிச் சாய்த்துவிட்டீர்கள், உங்கள் நாயைச் சங்கிலியில் கட்டிப் போட்டுள்ளீர்கள். நீங்கள் எதற்காக இங்கே இருக்கிறீர்கள் என்பதையே மறந்து விட்டீர்கள். எனவே, நான் இப்போது உங்களை பழைய நிலைக்கே அனுப்புகிறேன்."

--- ப்பூஃம்! ---

நொடியில், ஜினோவும் அனாவும் கொழுத்த, நெளியும் இரண்டு புழுக்களானார்கள்.

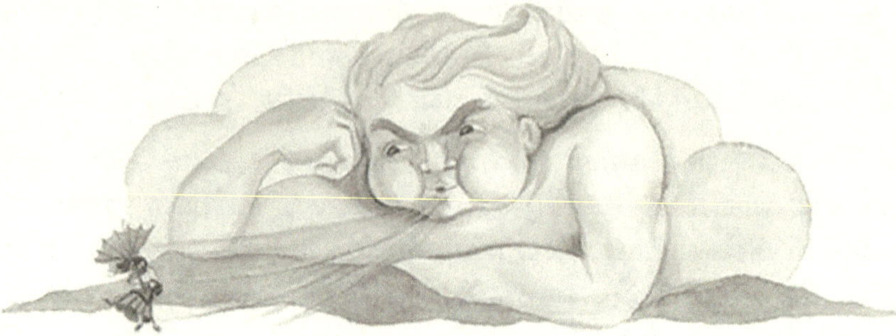

04

காற்றுக்கும் மழைக்கும் சண்டை

ஒரு பகல் பொழுதில் இடி, மின்னல், மற்றும் மழை மூன்றும் வானத்தில் பரவிக் கிடந்த பஞ்சுபோன்ற மேகங்களுக்கு மத்தியில் ஓய்வெடுத்தன. அவைகளுக்கு மத்தியில் காற்று விளையாடியது. மேகங்களை எளிதாக புரட்டிப் போட்டபடி நளினமாக வளைந்து வளைந்து நடனமாடியது.

“சலித்துவிட்டது. வாருங்கள் நாம் புயலை உருவாக்குவோம்” என்று அழைத்தது காற்று.

“சில நாட்களுக்கு முன்புதான், பெரிய புயலொன்றை உருவாக்கினோம். எனக்கு களைப்பாக இருக்கிறது” என்றது மின்னல்.

“ஓ! நீ எப்போதுமே களைப்பாகத்தான் இருக்கிறாய். என்னைப்போல நீ பலசாலி அல்ல” என்றது காற்று.

“நல்லது, நான் பலசாலி இல்லைதான்” என்றது மின்னல்.

“நீ என்ன சொல்கிறாய் இடி! உற்சாகமாக ஏதாவது செய்ய விரும்புகிறாயா?” என்று இடியிடம் கேட்டது காற்று.

“இல்லை! மின்னல் தயாராகும்வரை நான் காத்திருக்க நினைக்கிறேன்” என்றது இடி.

அவர்களைச் சுற்றி சற்று வேகமாகச் சுழன்ற காற்று, நீல வானில் மேகங்களை திடீரென நகரச் செய்தது.

“ஏய்! அதை நிறுத்து. நாங்கள் தூங்கப் போகிறோம்” எரிச்சலுடன் மழை சொன்னது.

சிரித்த காற்று, பலமாக மழையின் மீது மோதி, “அப்படியென்றால், எதையாவது செய்து என்னை நிறுத்து” என்று சொன்னது.

“ஓ! தயவுசெய்து, ஓரிடத்தில் உன்னால் உட்கார இயலாதா?” மழை கேட்டது.

“முடியாது, ஏனென்றால் நான் காற்று. இயற்கை சக்திகள் அனைத்திலும் மிகவும் பலசாலி” என்றது.

“எங்கேயாவது போய் விளையாடு. நீ பலசாலி என்பது எங்களுக்கு ஏற்கெனவே தெரியும்” தூக்கத்தில் தன் கண்களை மூடிக்கொண்டே மழை சொன்னது.

மழை தன் பொறுமையை இழக்கிறது என்பது காற்றுக்குத் தெரியும். இதனால், மேலும் மழையை எரிச்சல் மூட்ட நினைத்தது காற்று. மூச்சு இழுத்து, முடிந்த மட்டும் பலமாக குளிர்ந்த காற்றை வெளியிட்டது.

மழை நடுங்கியது. “என்னை விட்டு போகச் சொன்னேன்தானே!”

“வா! யார் மிகவும் பலசாலி – நீயா நானா - என ஒரு விளையாட்டு விளையாடுவோம்” அழைத்தது

காற்று. மழை பதில் ஏதும் சொல்லாததால், அதன் மீது அதிகம் குளிர்ந்த காற்றை வெளியிட்டது.

தூக்கம் போய்விட்டதால் மழை சொன்னது, “சரி! ஆனால், நான் உன்னை வெற்றிகொண்டால், என்னைப் பார்க்கும்போதெல்லாம் நீ ஓடிவிடுவதாக எனக்கு உறுதிமொழி தரவேண்டும்.”

களிப்புடன் சிரித்தது காற்று. “சரி, நான் உன்னை வெற்றி கொண்டால்... பூமி மீது நீ ஒருபோதும் உன் கண்ணீரைச் சிந்தமாட்டாய் என எனக்கு உறுதிமொழி தரவேண்டும்.”

அது மிகவும் கொடூரமான உறுதிமொழி என்பது மழைக்குத் தெரியும். ஒருவேளை மழை தோற்றுவிட்டால், பூமியிலுள்ள விலங்குகள், செடிகள், மற்றும் மனிதர்கள் அனைவரும் இறக்க நேரிடும். உயிருடன் வாழ்வதற்கு அவர்கள் அனைவருக்கும் இதன் கண்ணீர் தேவை. எனவே மழை தயங்கியது.

“அதுசரி, தோற்றுவிடுவாய் என்று பயப்படுகிறாயா?”

“இல்லை” தன் சந்தேகங்களைப் புறந்தள்ளிவிட்டு, “நான் உன்னைத் தோற்கடிப்பேன்” என்றது மழை.

“ஈஈஈஈஈ....” உற்சாகத்தில் கத்திய காற்று, “இப்போது பூமிக்குச் செல்வோம்” என்றது.

மின்னலையும், இடியையும் ஓய்வெடுக்க விட்டுவிட்டு காற்றைப் பின் தொடர்ந்து பூமிக்குச் சென்றது மழை.

மூங்கில் மரத்தின் உச்சியில் இருந்த ஒரு குரங்கை காற்றும் மழையும் பார்த்தன. எரிச்சலுடன், காற்றிடம் மழை சொன்னது, “அதோ குரங்கு தெரிகிறதல்லவா! அந்த குரங்கை மரத்திலிருந்து விழ வைக்க உன்னால் முடிந்தால் நீ வெற்றி பெற்றதாக ஏற்றுக்கொள்கிறேன்.”

“ஒரு பிரச்சனையும் இல்லை. சூறாவளிகளையும் புயல் காற்றையும் என்னால் உருவாக்க முடியும்.

நிச்சயமாக, அந்த குரங்கை கீழே விழ வைப்பேன்" காற்று நம்பிக்கையுடன் சொன்னது. பிறகு, நன்கு மூச்சுச் காற்றை உள் இழுத்து, மிக வேகமாக வெளியேற்றியது.

மழை கவலையின்றி நன்கு ஓய்வெடுத்தது. காற்றில் மூங்கில் மரம் எளிதில் வளையும் என்பதும், அது ஒருபோதும் உடையாது என்பதும் மழைக்கு நன்றாகவே தெரியும். எப்படியும், விழுந்துவிடாமல் குரங்கு தொங்கிக்கொள்ளும் என மழை நம்பியது.

தொடர்ந்து பலமாக வீசிய காற்று, மரங்களுக்கு இடையில் கட்டப்பட்ட வலையினாலான படுக்கைபோல, குரங்கை மேலும் கீழும் அசைத்ததைத் தவிர வேறொன்றும் செய்ய இயலவில்லை.

தன்னால் இயன்றவரை ஒரு மணி நேரம் காற்றை வெளியேற்றிய பிறகு, காற்று களைத்துப்போய் சொன்னது, "சரி, என்னால் இயலவில்லை. எனக்கு நிச்சயம் தெரியும். உன்னாலும் இயலாது."

"சரி, அதையும் பார்ப்போம்" என்றது மழை. பிறகு மேகங்கள் சாம்பல் நிறமாகின. வானம் இருண்டது, தூரல் விழத் தொடங்கியது. மழை, மேற்கு திசை மழையை வரவழைத்தது. வெதுவெதுப்பான கனமழை நில்லாமல் பெய்யத் தொடங்கியது.

சிறிது நேரம் கழித்து காற்று சொன்னது, "ஹா! உன்னாலும் இயலவில்லை. யாராலும் இந்த போட்டியில் ஜெயிக்க முடியாது என்று நினைக்கிறேன்."

"இல்லை, பொறு. நான் இன்னும் கிழக்குத் திசையிலிருந்து பெய்யவில்லை" என்றது மழை. ஏற்கெனவே மேற்கு திசை மழையில் நனைந்திருந்த

குரங்கின் மீது, பலமான கிழக்கு திசை மழையை பொழியத் தொடங்கியது, மழை. கனமான மழைத்துளி குரங்கின் தலையில் மோதியது. தண்ணீர் வடிவதற்காக கண்களை மூடிக்கொண்ட குரங்கு, வேறு வழியில்லாமல் கீழிறங்கி மறைவிடம் தேடி விரைந்து ஓடியது.

“நான் ஜெயித்துவிட்டேன்,” வெற்றிக்களிப்பில் மழை சொன்னது, “உன்னைத் தோற்கடித்துவிட்டேன்.”

குரங்கைப்போலவே பெரும் வருத்தத்தில் இருந்த காற்று, ஒரு வார்த்தைகூட சொல்லாமல் மழைக்கு தன் முதுகைக் காட்டிக்கொண்டு பறந்து சென்றது.

அனைத்திலும் மிகவும் பலசாலியான காற்று, மழையிடம் தோற்றுவிட்டது. வாக்குறுதி கொடுத்தது போல, எப்போதெல்லாம் மழையைப் பார்க்கிறதோ அப்போதெல்லாம் காற்று ஓட வேண்டும்.

எனவேதான், காற்று பலமாக வீசும்போதெல்லாம் மழைக்காக மக்கள் ஜெபம் செய்கிறார்கள். மழை வந்ததும், காற்று நின்றுவிடுகிறது. எங்கும் அமைதி நிலவுகிறது.

05

அலுன்சினா

வெகு காலத்துக்கு முன்பு, கனிவும் அன்பும் நிறைந்த லாங்கித் என்பவர், அவரது மனைவி அலுன்சினா தேவதையுடன் சொர்க்கத்தில் வாழ்ந்தார்.

அந்தக்காலத்தில், உலகமானது தூசிகள், பாறைகள், மண், மற்றும் நீர்த் துளிகள் அனைத்தும் தாறுமாறாக மிதக்கின்ற வெளியாக இருந்தது. மிதக்கின்ற அனைத்து துண்டுகளையும் ஓர் ஒழுங்குக்குள் வைக்க வேண்டும் என்பது லாங்கித்தின் விருப்பம். ஏனென்றால், எதிர்காலத்தில் அவர் படைக்க நினைத்திருக்கும் உயிரினங்கள் அனைத்தும் பாதுகாப்பாக வாழ்வதற்கு ஏற்ற ஓர் இடத்தை உருவாக்க அவர் விரும்பினார்.

ஒருநாள் காலையில், அலுன்சினாவிடம், "நீர் சூழ்ந்திருக்கும் பூமியை உருவாக்கப் போகிறேன். இந்த வேலையை முடிப்பதற்கு நீண்ட காலம் ஆகலாம். அதனால், அதிக நாட்கள் நான் இங்கு இருக்க மாட்டேன்.

என்னோடு வந்து எனக்கு உதவி செய்ய விரும்புகிறாயா?" என்று லாங்கித் கேட்டார்.

அலையும் நீளமான கூந்தலில் தங்க சீப்பினால் சீவிக்கொண்டே வந்த அலுன்சினா, "என் உதவி கண்டிப்பாக வேண்டுமா? நீண்ட பயணம் எனக்கு பிடிக்காது என்பது உங்களுக்குத் தெரியும்தானே" என்றார்.

லாங்கித்துக்கு வருத்தமாக இருந்தது. அலுன்சினாவை அவர் அன்பு செய்தாலும், தன்னுடன் சேர்ந்து வேலை செய்தால் நன்றாக இருக்குமே என்று நினைத்தார். "அப்படியென்றால், நீ இங்கேயே இரு" என்று அவளது கன்னத்தில் முத்தமிட்டுக்கொண்டே சொன்னார்.

லாங்கித் மேகத்தின் மீது பறந்து தொலைதூரத்தில் மறைந்ததை அலுன்சினா பார்த்தார். பிறகு, பளபளவென மின்னும்வரை தலைமுடியை வாரி, இனிய வாசனை திரவியத்தாலும், ஒளிரும் நகைகளாலும் தன்னையே அழகுபடுத்தினார். முதலில், தன்னுடைய மெல்லிய கழுத்தில் வைர மாலையால் அணி செய்தார். அவருடைய மென்விரல்கள் ஒவ்வொன்றிலும் வண்ண மோதிரங்களையும், தங்க நகைகளையும் மாட்டினார். மணிக்கட்டில் ஒளிரும் முத்து மாலைகளைச் சுற்றினார். கடைசியாக, மிகவும் விலைமதிப்புமிக்க தங்கக் கிரீடத்தை தலையில் சூடினார்.

அலுன்சினா தன்னையே கண்ணாடியில் பார்த்து, மிகவும் மகிழ்ந்தார். லாங்கித் மட்டும் இப்போது இங்கே இருந்தால் எல்லாம் நன்றாக இருக்கும் என நினைத்தார். "அவர் ஏன் என்னை விட்டுச் செல்ல வேண்டும்?"; "அவர் ஏன் வேலை செய்ய வேண்டும்?" என்று யோசித்தார். கனத்த பெருமூச்சுடன் நகைகளையும், தங்கச் சீப்பையும் தனியாக வைத்துவிட்டு, ஆழ்ந்து தூங்கினார்.

மறுநாள் நீண்ட தூரம் நடந்த அலுன்சினா, மேகங்களுடன் விளையாடினார். லாங்கித் இல்லாமல் எதுவுமே மகிழ்ச்சியாக இல்லை. வீட்டுக்குச் சென்று மறுபடியும் தலை சீவி, நகைகளை அணிந்து பார்த்தார். மறுநாளும், அடுத்த நாளும், அதற்கடுத்தடுத்த நாளும் அதையே செய்தார்.

விரைவிலேயே அலுன்சினாவுக்கு அலுத்துவிட்டது. ஒருநிலையில் அவரால் இருக்க இயலவில்லை. லாங்கித்தின் உடனிருப்புக்காக ஏங்கினார். தன் மீதான அவருடைய அன்பை சந்தேகிக்கத் தொடங்கினார். "உண்மையில், அவருக்கு வேலையெல்லாம் இல்லை"; "ஒருவேளை, வேறொரு பெண்ணை மணக்கப் போயிருப்பாரோ?"

கவலையினால் நோயுற்ற அலுன்சினா, காற்றை அழைத்தார், "லாங்கித் எங்கே இருக்கிறார் எனக் கண்டுபிடித்து, அவர் என்ன செய்கிறார் என்பதை எனக்கு நீ சொல்ல வேண்டும். அவர் பார்க்கும்படி நடந்துகொள்ளாதே" என்றார்.

குழப்பத்துடன் தேவதையைப் பார்த்தது காற்று.

"தயவுசெய்து செய்யுங்கள். ஒருவேளை அவர் ஆபத்தில் இருக்கலாம்" அலுன்சினா பொய் சொன்னார்.

காற்றினால் நம்ப முடியவில்லை. ஆனாலும், லாங்கித்தைத் தேடிப் புறப்பட்டது.

வானத்தைத் தொடுமளவு உயரமாக, லாங்கித் கட்டிய மலைகள் மற்றும் செங்குத்தான பாறைகளுக்கு மத்தியில் அவர் இருந்ததை காற்று பார்த்தது.

லாங்கித் பல்வேறு வடிவங்களிலும் அளவுகளிலும் பாறைகளைச் சேகரிப்பதையும், பிரமாண்டமான அமைப்புகளை உருவாக்குவதையும் மறைந்திருந்து பார்த்தது. திருப்தியடைந்த காற்று, அலுன்சினாவிடம் செல்ல முடிவெடுத்தது.

"உஷ்ஷ்ஷ்..." பெருமளவு தூசியைக் கிளப்பிக்கொண்டு காற்று புறப்பட்டது. தனக்குப் பின்னே காற்று வீசுவதை உணர்ந்த லாங்கித் நிமிர்ந்து பார்த்தார். "காற்றே!" சத்தமாக அழைத்து, "நீ இங்கே இருப்பதே எனக்குத் தெரியாது. என்ன செய்துகொண்டிருக்கிறாய்?" என்று கேட்டார்.

காற்று தன் தடத்தில் அப்படியே நின்றது. “நான்... சும்மா....” என்ன சொல்வது என்று தெரியாமல் நிறுத்தியது.

“பரவாயில்லை சொல்லு” என்றார் லாங்கித்.

“அலுன்சினா உங்களை நினைத்து மிகவும் கவலைப்பட்டார். அதுதான், நீங்கள் ஏதும் ஆபத்தில் இருக்கிறீர்களோ என்று பார்த்துவரச் சொன்னார்” காற்று விளக்கியது.

“ஆபத்தா!” லாங்கித் குழம்பினார். “எனக்கு எந்தவொரு ஆபத்தும் இல்லையே!” என்றார்.

காற்று அமைதியாக இருந்தது. அலுன்சினா மறைந்திருந்து பார்க்கச் சொன்னதைச் சொல்ல விரும்பவில்லை.

லாங்கித், காற்றை முறைத்துப் பார்த்தார். “எனக்குத் தெரியாமல் மறைந்திருக்கவும் அலுன்சினா சொன்னாரா?”

அமைதியாக “ஆமாம்” என்று தலையாட்டிய காற்று, அவமானமாக உணர்ந்தது.

கொடூர பார்வையுடன், “அலுன்சினாவிடம் திரும்பிச் செல். அவர் உடனடியாக வீட்டைவிட்டு வெளியேற வேண்டும் எனச் சொல். அவர் ஒரு சோம்பேறி, சுயநலவாதி. என்னுடைய பணி என்ன என்பதையும் அவர் புரிந்துகொள்ளவில்லை” என்றார் லாங்கித்.

பல நாட்களுக்குப் பிறகு, லாங்கித் தன் வீட்டுக்குத் திரும்பினார். அலுன்சினா ஏற்கெனவே சென்றுவிட்டார். லாங்கித்துக்கு தன்னைச் சுற்றியிருந்த அனைத்தும் வெறுமையாகவும், உயிரற்றதாகவும் தோன்றியது. அலுன்சினாவின் இனிய வாசனைத் திரவியத்தையும், அவரது மென் முத்தத்தையும் நினைத்து ஏங்கினார். தன் இதயத்தில் நிலவிய வெறுமையைச் சமாளிக்க

மிகவும் போராடினார். அவரால் இனி ஒருபோதும் தாங்க முடியாது என்னும் நிலை வந்தபோது, அலுன்சினாவைத் தேடிப் புறப்பட்டார். பல மாதங்கள் பகலும் இரவும் அவரைத் தேடினார். ஆனால், அலுன்சினா போய்விட்டார். காணவில்லை.

தன் துயரத்தை மறப்பதற்காக, தான் உருவாக்கிய நிலத்தில் மரங்களும் மலர்களும் நட முடிவெடுத்தார் லாங்கித். கடலை நிறைக்க மீன்களைப் படைத்தார். நிலத்துக்கு உயிர் கொடுப்பதற்காக விலங்குகளைப் படைத்தார். தன் மனைவியின் நகைகளை எடுத்து வானம் முழுவதும் சிதறடித்தார். அலுன்சினாவின் வைர கழுத்தணி நட்சத்திர சரங்களானது, அவரின் தங்க சீப்பு அரை நிலவாக ஒளிர்ந்தது, வட்டமாக ஒளிரும் முத்துகள் கோள்களாகின, அவரின் கிரீடம் சூரியனாகியது.

தான் உருவாக்கிய அனைத்து அழகையும் பார்த்து, அலுன்சினா திரும்பி வருவார் என்று லாங்கித் நம்பினார். ஆனால், அலுன்சினா ஒருபோதும் வரவே இல்லை. இன்றுவரை, வானத்தில் உள்ள தன் அரண்மனையில் லாங்கித் தனியாக அமர்ந்திருக்கிறார். சிலநேரங்களில், தனிமையில் கண்ணீர் சிந்துகிறார். அவை மழைத்துளிகளாக மண்ணில் விழுகின்றன. சில நேரங்களில் அலுன்சினாவைத் தேடி கூப்பிடுகிறார். அவரது குரல், இடியைப் போன்று வானம் முழுவதும் எதிரொலிக்கின்றது.

06

கடவுளின் விருந்து

ஒரு காலத்தில், மிகவும் செல்வச் செழிப்பு மிகுந்த தம்பதியர் வாழ்ந்தார்கள். அவர்களிடம் உயரமான கரும்புகள் நிறைந்த பெரிய வயல் இருந்தது. வயலில் 24 பணியாளர்களுடன் பெரிய வீடு வைத்திருந்தார்கள்.

என்னதான் பெரிய வீடாக இருந்தாலும், வீடு வெறுமையாக இருந்தது. தங்கள் வீட்டை அழகுபடுத்துவது குறித்தோ, சொகுசாக வாழ்வது பற்றியோ தம்பதியர் அக்கறை காட்டவே இல்லை. அவர்கள் முக்கியமாக நினைத்ததெல்லாம், பணம், பணம், பணம் மட்டுமே. காலையில் எழுந்தது முதல், இரவு தூங்கச் செல்லும்வரை அவர்கள் செய்ததெல்லாம் அவர்களின் தங்கங்களை எண்ணியதுதான்.

ஒருமுறை தங்கத்தை எண்ணுவதில் அவர்கள் மூழ்கியிருந்தபோது, மதிய உணவு தயாராகிவிட்டது என்பதைச் சொல்ல ஒரு பணியாள் உள்ளே சென்றார்.

“இப்போது வேண்டாம்” கணவர் கத்தினார். அவரைச் சுற்றி தங்கம் மலைபோல் குவிந்திருந்தது. “நாங்கள் வேலையாக இருக்கிறோம். எங்களுக்காக உணவு காத்திருக்கட்டும்” என்றார் மனைவி.

பணியாள் திரும்பிச் சென்றார். இரண்டு மணி நேரத்துக்குப் பிறகு சாப்பிடுவதற்காக தம்பதியர் கீழே இறங்கி வந்தார்கள். அவர்கள் மேசைக்கு வந்தபோது அனைத்து உணவும் தங்கமாக மாறியிருப்பதைக் கவனித்தார்கள். “அட!” மனைவி மகிழ்ச்சியில் கத்தினார்.

கணவர், தன் கை நிறைய தங்கத்தை அள்ளி ஒவ்வொன்றாக தன் தட்டில் போட்டார். “சுத்த தங்கம்” புன்னகையுடன் சொன்னார். “முன்பு இருந்ததைவிட இப்போது நாம் கூடுதல் செல்வம் உள்ளவர்களாகிவிட்டோம்.” அதன்பிறகு, தன் மனைவியின் கையைப் பற்றினார். இருவரும் உணவறையைச் சுற்றி நடனமாடினார்கள்.

“விருந்துடன் இதைக் கொண்டாடுவோம்” தன் கைகளைத் தட்டிக்கொண்டு மனைவி சொன்னார்.

“ஆமாம்! நமக்குத் தெரிந்த எல்லாரையும் கூப்பிடுவோம்” என்றார் கணவர்.

“லிடியா!” தலைமை சமையல்கார பெண்ணை அழைத்தார், மனைவி.

சமையல்கார பெண் வாசலுக்கு வந்து, “சொல்லுங்கம்மா” என்றார்.

“இன்று இரவு சிறப்பு கொண்டாட்டம் இருக்கிறது. 300 பேருக்கு விருந்து தயார் செய்” என்றார்.

சமையல்கார பெண், "ஆகட்டும்" என்று தலையை ஆட்டினார். சமையல் அறைக்குச் சென்ற அப்பெண் சில விநாடிகளில் திரும்பி வந்தார். எதையோ பார்த்த அதிர்ச்சி அவர் முகத்தில் தெரிந்தது. "அம்மா,, சமையலுக்குத் தேவையான பொருள் உள்ள அறைக்குள் சென்றேன். நாம் வாங்கி வைத்துள்ள எல்லாமே தங்கமாக மாறியிருக்கிறது" என்று சொன்னார்.

“என்னது?” தம்பதியர் ஒன்றுபோலக் கேட்டார்கள்.

“எல்லா உணவுப் பொருட்களும் - சீனி, பால், கருவாடு.... எல்லாமே தங்கமாக மாறிவிட்டது” என்றார் சமையல்கார பெண்.

தம்பதியர் இருவரும், தாங்களே நேரடியாகப் பார்ப்பதற்காக பொருள் வைப்பறைக்கு விரைந்து ஓடினார்கள். அங்கே, அப்பெண் சொன்னது போலவே அறை முழுவதும் தங்கத்தால் நிறைந்து வழிந்தது. “ஏஏஏ...” தன் கணவருக்கு முத்தம் கொடுத்துக்கொண்டே, “நிறைய தங்கம்” என்றார் மனைவி.

தன் கைகளால் மனைவியின் இடுப்பை சுற்றி வளைத்து, காதுவரைக்கும் பல் இளித்து, “இவை அனைத்தையும் எண்ணி முடிப்பதற்கே பல மாதங்கள் ஆகும். ஏன் வருடங்கள்கூட ஆகலாம்” மகிழ்ச்சியுடன் சிரித்தபடி சொன்னார் கணவர்.

“அப்படியென்றால், நம் கொண்டாட்டத்தைத் தள்ளி வைப்போம். நாம் செய்ய வேண்டிய வேலைகள் நிறைய இருக்கின்றன” என்றார் மனைவி. அதன்பிறகு, தங்கமாக மாறியிருந்த பழுப்பு நிற அரிசிச் சாக்கை இழுத்துக்கொண்டு உணவறைக்குச் சென்று, “நாம் எண்ணத் தொடங்குவோம்” என்றார்.

தாங்கள் பசியோடு இருப்பதையே மறந்த தம்பதியர், அனைத்து தங்கத்தையும் ஓர் அறையில் கொட்டி பல நாட்கள் எண்ணினர். அவர்கள் சாப்பிடவில்லை. தூங்கவில்லை. ஒருவரோடொருவர் பேசக்கூட இல்லை. அவர்களின் வெறுமையான வீடு முழுவதும், ஒவ்வொரு நாளும், ஒவ்வோர் இரவும் நாணயத்தின் சத்தம் எதிரொலிப்பதை மட்டுமே கேட்க முடிந்தது. நாட்கள் ஆக ஆக, பட்டினியால் அவர்கள் மெலிந்துகொண்டே சென்றார்கள். ஆனாலும், எண்ணிக்கொண்டே இருந்தார்கள்.

பலமுறை, வெளியிலிருந்து புதிதாக பொருட்கள் வாங்கிவர பணியாளர்கள் முயன்றார்கள். ஆனால், எந்த உணவை உள்ளே கொண்டு வந்தாலும், அவை உடனடியாக தங்கமாக மாறின. சொந்தச் சாப்பாட்டிற்காக, வேறு வழியின்றி பணியாளர்கள் பக்கத்து வீடுகளில் சாப்பிடும் கட்டாயம் ஏற்பட்டது.

இருந்தபோதும், எவ்வளவு மெலிந்தாலும் எவ்வளவு மயக்கம் வருவதுபோல உணர்ந்தாலும் ஒவ்வொரு தங்கக் காசுகளையும் கவனமாக எண்ணி கட்டி வைப்பதைத் தொடர்ந்தார்கள். வெறுமனே எண்ணிக்கொண்டிருப்பதை சிறிது நேரம் நிறுத்திவிட்டு, அறையிலிருந்து வெளியே சென்று சாப்பிடலாம் என்கிற யோசனை அவர்கள் மனதில் எழவேயில்லை. ஏனென்றால், அந்த அளவுக்கு தங்கம் அவர்களின் கண்களைக் கட்டிவிட்டது.

தங்களை வசியப்படுத்திய பேராசையை உடைக்க போதுமான வலிமை இல்லாத தம்பதியர் வாரக்கணக்கில் இப்படியே செய்தனர். இறுதியில், தங்கள் செல்வத்தை அனுபவிக்காமலேயே பட்டினியால் இறந்தனர்.

07

ஓடிப்போனவர்கள்

டோனிடோ, சகோதரி லுபே இருவரும் தங்கள் தந்தையுடன் ஒரு சிறிய வீட்டில் வாழ்ந்தார்கள். அவ்வீடு, நான்கு சிறிய கம்புகளுக்கு மேல் நின்றது.

லுபே, ஆறு மாத குழந்தையாக இருந்தபோது, அவர்களின் அம்மா இறந்துவிட்டதால், குழந்தைகளால் அம்மாவை நினைவுகூற இயலவில்லை.

அவர்கள் மகிழ்ச்சியான ஆரோக்கியமான வாழ்வுதான் வாழ்ந்தார்கள். ஆனால், கினா எனும் மகளுடன் இருந்த ஒரு பெண்ணை இரண்டாவதாக திருமணம் செய்ய அப்பா முடிவெடுத்தவுடன் எல்லாம் மாறியது.

கினா ரொம்பவே கெட்டவளாக இருந்தாள். இடுப்பைத் தொடும்வரை பின்னப்பட்ட நீளமான முடி அவளுக்கு இருந்தது, அவள் அணிந்திருந்த ரிபன், ஆடைக்கு இணையாக

இருந்தது. குண்டாகவும், விகாரமாகவும் இருந்தாள். ஏற்கெனவே ஐந்து வயதாகிவிட்டாலும், தான் நினைத்தது நடக்காதபோதெல்லாம் அழுதாள். (குழந்தைகளே! இது பழங்காலத்து சிந்தனை. இதை ஏற்றுக்கொள்ள வேண்டாம். கதைக்காக மட்டும் படியுங்கள் - மொழிபெயர்ப்பாளர்).

டோனிடோவும் லுபேவும், கினாவுடன் விளையாட முயன்றார்கள். ஆனால், கினா தன்னுடைய விளையாட்டு பொருட்களை இவர்களுடன் பகிர்ந்துகொள்ள விரும்பவில்லை.

எப்போதெல்லாம் கினாவின் ஆடையில் அழுக்கு படிந்ததோ, அல்லது தடுமாறி கீழே தோட்டத்தில் விழுந்தாளோ அப்போதெல்லாம் கினாவுடைய அம்மா இச்சிறுவர்கள் மீது கோபப்பட்டார். எப்போது என்ன தவறு நடந்தாலும், அது, டோனிடோ மற்றும் லுபே இருவரின் பிழைதான் என்பதுபோன்ற சூழல் உருவானது.

ஒருநாள் காலையில் தன் அம்மாவுக்குப் பிரியமான செடியில் இருந்து எல்லா மலர்களையும் கினா பறித்தாள். குழாயில் தண்ணீர் பிடிப்பதற்காக வீட்டைவிட்டு வெளியில் வந்த அம்மா, தோட்டத்திலிருந்து மலர்களின் வாசம் வந்ததையும், அருகில் கினா விளையாடியதையும் பார்த்தார்.

சிதறிக்கிடந்த மலர்களைச் சுட்டிக்காட்டி, "கினா! மலர்களைப் பறித்தது யார்?" என்று கத்தினார்.

தன் அம்மாவை நிமிர்ந்து பார்த்த கினா பதில் ஏதும் சொல்லவில்லை.

"லுபே, பறித்தாளா?" என்று அம்மா கேட்க, "இல்லை" என்று பயந்துகொண்டே சொன்னாள்.

"டோனிடோ பறித்தானா?"

குனிந்து தன் கால்களைப் பார்த்துக்கொண்டே, "ஆமாம்," என்று பொய் சொன்னாள்.

சிடுசிடுத்த கினாவின் அம்மா டோனிடோவைத் தேடி திரும்பி வீட்டுக்குள் சென்றார். ஏணியில் ஏறிக்கொண்டே, "டோனிடோ" என்று கத்தினார்.

டோனிடோவும், லுபேவும் தரையில் குப்புறப் படுத்து அட்டைகளுடன் விளையாடிக் கொண்டிருந்தார்கள். தன் பெயரைக் கேட்ட டோனிடோ, வேகமாக எழுந்தான்.

"பூச் செடி முழுவதையும் நீ நாசம் செய்துவிட்டாய்" என்று சொன்ன அம்மா, அவன் காதைக் கிள்ளிக்கொண்டே, "இன்று இரவு உனக்கு சாப்பாடு இல்லை" என்றார்.

"இல்லை. நான் செய்யவில்லை. உண்மையிலேயே நான் செய்யவில்லை" டோனிடோ மறுத்தான்.

"நீ ஒரு பொய்யன்" அவன் காதைத் திருகிக்கொண்டே கினாவின் அம்மா சொன்னார்.

அவனை இழுத்து வந்து சிறிய அறையில் தள்ளி கதவை படாரென்று சாத்தினார். "நான் சொல்லும்வரை வெளியே வராதே" என்றார்.

லுபே ஒரு வார்த்தைகூட சொல்லத் துணியவில்லை. வரைவதுபோல நடித்துக்கொண்டு தரையில் இன்னும் கிடந்தாள். டோனிடோவுக்கு உதவி செய்ய முயற்சி

செய்தால் தன்னையும் சிறிய அறையில் தள்ளி விடுவார் என்பது அவளுக்குத் தெரியும்.

கினாவின் அம்மா சென்ற சில நிமிடங்களுக்குப் பிறகு, அவர் போய்விட்டார் என்பதை உறுதி செய்துகொண்டு, மெல்ல கதவைத் திறந்து, "டோனிடோ,டோனிடோ" என்று லுபே மெல்ல கூப்பிட்டாள்.

"நீ போ. இல்லாவிட்டால் நீயும் பிரச்சனையில் மாட்டிக்கொள்வாய்" என்றான்.

"தயவுசெய்து, அண்ணா! வெளியே வா. இந்த இடத்தைவிட்டு வேறு எங்கேயாவது போய்விட நினைக்கிறேன். நீயும் என்னோடு வா."

"நாம் போக முடியாது. அப்பாவை என்ன செய்வது?" கண்ணீர் மல்கும் உணர்ச்சிகளை அடக்கிக்கொண்டு, "அப்பாவை நம்மால் விட்டுவிட்டு செல்ல இயலாது" என்றான் டோனிடோ.

"கினா தொடர்ந்து சிறுபிள்ளைத்தனமாக நடந்துகொள்கிறாள். அவள் மீது எனக்கு வெறுப்பாக இருக்கிறது. அதோடு, அப்பா எப்போதும் வேலை செய்துகொண்டிருப்பதால், நாம் போய்விட்டதை அவர் கவனிக்கமாட்டார்" என்றாள் லுபே.

டோனிடோ, கனத்த பெருமூச்சு விட்டு, "சரி, அவர் நம்மைப் புரிந்து கொள்ளக்கூடும்" என்றான்.

மறுநாளே, சூரியன் உதிக்கும் முன்பாக, தன் சகோதரியை மெல்ல தட்டி எழுப்பினான் டோனிடோ. இருவரும் ஒரு வார்த்தைகூட பேசிக்கொள்ளாமல் பகல் உடையை அணிந்துகொண்டு, சத்தமில்லாமல் ஏணியில் கீழே இறங்கினர்.

நிலவொளி அவர்களுக்கு வழி காட்டியது. நெல் வயல்களின் வழியாகவும், மலை மற்றும் காடு வழியாகவும் நீண்ட தூரம் நடக்கத் தொடங்கினார்கள்.

நீண்ட தூரம் நடந்ததால் டோனிடோவின் ஒரு செருப்பு அறுந்தது. வெறுங்காலுடன் நடந்தான். மதியம் பயங்கரமாகத் தாகம் எடுத்தது. களைத்துப் போனார்கள். வரும்போது கொண்டுவந்த சோறும் மீனும் ஏற்கெனவே முடிந்துவிட்டது. அவர்களிடம் தண்ணீரும் மீதம் இல்லை.

விரைவிலேயே, ஆற்றங்கரையோரம் இருந்த ஒரு பெரிய வீட்டுப் பக்கம் வந்தார்கள். அனைத்து ஜன்னல்களும் மூடியிருந்தன. சுற்றியிருந்த மரங்களும் செடிகளும் அதீதமாக வளர்ந்திருந்தன. “யாரும் இங்கே

இல்லையென்று நினைக்கிறேன். வா உள்ளே போவோம்" என்றான் டோனிடோ.

உள்ளே செல்ல லுபே விரும்பவில்லை. ஆனாலும், பசியில் வயிறு கடமுடவென்று சத்தம் போட்டது. வெகுதூரம் நடந்ததில் அவள் களைத்துப்போயிருந்தாள்.

வீட்டின் ஒரு பக்கத்தில், கதவு இருந்ததைப் பார்த்தார்கள். அந்த கதவு, விசாலமான சமையலறைக்கு இட்டுச் சென்றது. அடுப்பில் காய்கறி சூப் நிறைந்த பானை ஒன்று இருந்ததைப் பார்த்தார்கள். அதில் சூடு இல்லை. நன்றாக இருப்பதுபோலவும் தெரியவில்லை. இருவரும் பசியோடு இருந்ததால் அதன் சுவை பற்றியோ அல்லது அது வேறு யாருக்கோ சொந்தமானது என்பது பற்றியோ கவலைப்படவில்லை. சில நிமிடங்களில் ஒவ்வொரு துணுக்கையும் சாப்பிட்டு முடித்தார்கள்.

திடீரென, உயரமான கருத்த உருவம் ஒன்று சமையலறை கதவு வழியாக உள்ளே நுழைந்தது. அது, விலங்கு தோல் போர்த்தியிருந்த மனிதன். வாய் இருக்க வேண்டிய இடத்தில் பன்றியினுடையது போன்ற நீண்ட மூக்கு இருந்தது. "ற்ற்ற்ற்ற்..." சிறுவர்களைப் பார்த்து உறுமியது.

"ஓடு!" அந்த மனிதரிடம் சிக்கிவிடாமல் தங்கையைத் தள்ளிவிட்டுவிட்டு டோனிடோ கத்தினான். பிறகு காலியான பானையை அவன் மீது வீசிவிட்டு, ஏற்கெனவே ஜன்னல் வழியாக ஏறிக்கொண்டிருந்த

லூபேயை பின்தொடர்ந்து ஓடினான். அந்தப் பக்கமாக குதித்தபிறகு, அண்ணனை நிமிர்ந்து பார்த்தாள் லூபே.

"வேகமா!" அவள் கத்தினாள், "குதி."

இருவரும் அவர்களால் முடிந்தவரை மிக வேகமாக ஓடினார்கள். ஆற்றங்கரையை அடைந்தார்கள். அதற்குமேல் செல்ல வழியில்லை.

"ஐயோ! அவன் நம்மைப் பின்தொடர்ந்து வருகிறான்" பின்னால் திரும்பிப் பார்த்துக்கொண்டு டோனிடோ சொன்னான். லூபே பெரிய பாறையில் ஏறிக்கொண்டே, "பாறைமேல் உள்ள இந்த மரத்தில் ஏறி இலைகளுக்குப் பின்னால் மறைந்துகொள்வோம்" என்று சொன்னாள்.

இருவரும், கிளையில் படுத்து இறுக அணைத்துக்கொண்டார்கள். மெல்ல மூச்சுவிட்டார்கள். சற்று நேரத்தில் கிளைகள் முறிகின்ற, காய்ந்த இலைகள் சலசலக்கின்ற ஓசை கேட்டது. மிருக மனிதன் அருகில் வந்துகொண்டிருந்தான்.

"ற்ற்ற்ற..."

திடீரென அந்த மனிதன் அவர்களுக்கு கீழே வந்தான். மரத்தில் ஏறத் தொடங்கினான். "ஐயோ! போச்சு!" லூபே பயத்தில் சொன்னாள். அவள் கீழே குனிந்து பார்த்தபோது, நீட்டியிருந்த அந்த மனிதனின் கை ஏறக்குறைய அவளைத் தொடும் தூரத்தில் இருந்தது.

டோனிடோ, இன்னும் மேலே இருந்த கிளையில் ஏறிவிட்டு, தங்கையை நோக்கி கையை நீட்டி, "லூபே, என் கையைப் பிடித்துக்கொள்" என்றான்.

கையைப் பிடிப்பதற்குப் பதிலாக, மரத்திலிருந்த மாம்பழத்தைப் பறித்து அந்த மனிதன் மீது எறிந்தாள் லூபே. அவன் மேல் படாமல் கீழே விழுந்தது. தண்ணீரில் விழுந்த மாம்பழம் நீரை விசிறியடித்தபோது,

அதில் தெரிந்த தன் முகத்தைப் பார்த்த அம் மனிதனின் கவனம் சிதறியது.

"ஆஆஆஆ" என்று கத்தியபடி தன் பிடிமானத்தை இழந்து கீழே விழுந்தான். பாறையில் தலை தொப்பென்று மோதி, உருண்டு ஆற்றில் விழுந்தான்.

நீரோட்டம் அவனை இழுத்துச் சென்றதை குழந்தைகள் அமைதியாகப் பார்த்துக்கொண்டிருந்தார்கள். இறங்கி வந்து, அந்த மனிதனின் வீட்டுக்குள் மறுபடியும் சென்றார்கள்.

"இப்போது நாம் என்ன செய்யலாம்? மறுபடியும் வீட்டுக்குப் போக நினைக்கின்றாயா?" அண்ணனிடம் லுபே கேட்டாள்.

"நீ என்ன நினைக்கிறாய்?" டோனிடோ கேட்டான்.

லூபே தலையை ஆட்டி, "இல்லை. அப்பெண் நம்மை மட்டமாக நடத்துகிறார். கினாவும் பயங்கரமானவள்."

டோனிடோ சோகமாக தலையை ஆட்டி, "அப்பாவால் இது குறித்து ஒன்றும் செய்ய இயலவில்லைபோல. நாம் இங்கேயே சில காலம் தங்கியிருக்கலாம் என தோன்றுகிறது" என்றான். பிறகு, சிறுவர்கள் தரையில் படுத்து ஆழ்ந்து தூங்கினார்கள்.

மறுநாள் காலையில் டோனிடோவும் லூபேவும் எழுந்து வெளியே சென்று, அந்த மனிதன் கீழே விழுந்த அதே மரத்தடியில் அமர்ந்தார்கள். சுவையான பழுத்த மாம்பழங்களை காலை உணவாக உண்டு, ஆற்றங்கரையோரம் நடந்தார்கள். "அங்கே பார்" டோனிடோ கண்களை அகல விரித்துச் சொன்னான்.

பல அடி தூரம் தள்ளி ஒரு மனிதர் ஆற்றில் தண்ணீர் குடித்துக்கொண்டிருந்தார்.

லூபே பார்த்தபோது, அவளது முகத்தில் புன்னகை அரும்பியது. மகிழ்ச்சியில், "அப்பா, அப்பா" என்று கத்தினாள்.

அம்மனிதர் நிமிர்ந்து, குழந்தைகளைப் பார்த்தார்.

"லூபே, டோனிடோ" அம் மனிதர் கூப்பிட்டார்.

குழந்தைகள் அவர்களின் தந்தையை நோக்கி ஓடி அவரைக் கட்டிப் பிடித்தனர். "இங்கே என்ன செய்கிறீர்கள்" டோனிடோ கேட்டான்.

"குழந்தைகளே! உங்களைப் பற்றி நான் மிகவும் கவலைப்பட்டேன். அதனால்தான் உங்களைத் தேடி வந்தேன். நீங்கள் ஏன் வீட்டைவிட்டு வெளியேறினீர்கள்?"

லூபே சொன்னாள், "அப்பா எங்களுக்கு வீட்டைப் பிடிக்கவில்லை. செய்யாத தவறுக்காக நாங்கள் எப்போதும் தண்டிக்கப்படுகிறோம்."

அமைதியாக அப்பா சொன்னார், "நானும் நினைத்தேன். இவ்வாறு நடக்கவிட்டதற்கு என்னை மன்னித்துக்கொள்ளுங்கள்" என்றார்.

அவரின் கண்களில் கண்ணீர் நிறைந்தது. "வீட்டுக்குப் போவோம் வாருங்கள். இனி ஒருபோதும் அப்படி நடக்க விடமாட்டேன்."

இல்லை என்று தலையாட்டிய லுபே, அப்பாவிடம் இருந்து தம் கையை எடுத்துவிட்டு, "நாங்கள் இங்கேயே இருக்க விரும்புகிறோம்" என்றாள்.

"தயவு செய்து என்னுடன் வீட்டுக்கு வாருங்கள்," அப்பா கனிவுடன் சொன்னார். "நான் உறுதி தருகிறேன். எல்லாம் நன்றாக நடக்கும். கினாவும் அவளது அம்மாவும் மறுபடியும் உங்களுக்குத் தொல்லை தந்தால்... சரி, நாம் மூன்று பேருமே வெளியேறிவிடுவோம்."

"உண்மையாகவா?" லுபேவும் டோனிடோவும் ஒரே நேரத்தில் கேட்டார்கள். அவர்களின் முகங்கள் பிரகாசமாகின.

அவர்களின் தந்தை தலையை ஆட்டிவிட்டு, இரண்டு கைகளையும் இரண்டுபேர் மீதும் போட்டு அணைத்தார். "ஆமாம், உண்மையாகத்தான். நாம் இப்போது வீட்டுக்கு போவோம்" என்றார்.

08

மந்திர ஏரி

காட்டுக்குச் செல்லும் வளைவான சாலையில் பெட்ரோ நடந்தபோது, பழைய கோடாரியைத் தோளில் போட்டுக்கொண்டு பாடினார்.

“காட்டுக்கு உள்ளே நான் போகிறேன்

காட்டு மலர்கள் மலரும் இடம் அது.

என் கோடாரியால் நான் வெட்டும் விறகை

என் ஏழு வயதிலிருந்து

அருகில் உள்ள கிராமங்களில் விற்கிறேன்.”

ஏழை விறகுவெட்டியான பெட்ரோ தினமும் காலையில் தன் மனைவியையும் குழந்தைகளையும் விட்டுவிட்டு மரம் வெட்டச் செல்வார். அந்த விறகை, மாலையில் சந்தையில் விற்பார். ஒருநாள், ஏரிக்கரையில் கீழே விழுந்து கிடந்த மரத்தைப் பார்த்தார்.

“அருமை! நான் மரம் வெட்ட வேண்டிய தேவைகூட இல்லை” என்றார்.

உடனடியாக வேலை செய்யத் தொடங்கினார். கோடாரியைத் தூக்கிப் பலமாக வெட்டினார். புருவத்தில் வடியும் வியர்வையை அவ்வப்போது துடைத்துக்கொண்டு, இயன்றவரை விரைவாக வேலை செய்தார். சூரிய வெளிச்சம் முதுகைத் தாக்கியது. சந்தைக்கு சீக்கிரம் கொண்டு போகலாம் என்பதற்காக, வேகமாக வேலையை முடிக்க விரும்பினார். ஆனால், மற்றொருமுறை வெட்டுவதற்காக கோடாரியை உயர்த்தியபோது, கோடாரியின் முனை கழன்று பறந்து பின்னால் இருந்த ஏரி தண்ணீரில் விழுந்தது.

நீர் கொப்பளிக்க கோடாரி முனை விழுந்து மறைந்தவுடன், “ஐயோ!” என்றார். பெட்ரோவிடம் ஒரே ஒரு கோடாரிதான் இருந்தது. மற்றொன்று வாங்குவதற்கு அவரிடம் பணமும் இல்லை.

உடனடியாக யோசித்து, சட்டையைக் கழற்றி வைத்துவிட்டு நீரில் குதித்தார். உள்ளே, இன்னும் ஆழத்திற்குச் சென்றார். ஆனாலும், அவரால் ஏரியின் அடிப்பகுதிக்குச் செல்ல இயலவில்லை. பலமுறை முயன்றாலும், அவரால் கோடாரியின் முனையைக் கண்டுபிடிக்க முடியவில்லை.

எப்படி மற்றொரு கோடாரி வாங்குவது எனும் கவலையுடன் ஒரு மரத்தின் நிழலில் அமர்ந்தார். அப்போது, அழகான ஒரு தேவதை மந்திரம் போட்டதுபோல தண்ணீரில் இருந்து எழுந்து வந்து பெட்ரோ முன்பாக நின்றது. தேவதையைப் பார்த்து மூச்சுவிட மறந்தார் பெட்ரோ. தேவதையின் தலைமுடி நீளமாக கணுக்கால் வரை நீண்டிருந்தது. அதன் கண்கள் இரக்கத்தையும் தூய்மையையும் வெளிப்படுத்தின.

“என்ன நடந்தது?” தேவதை கேட்டது.

எழுந்து நின்ற பெட்ரோ அவசரமாக சட்டையை அணிந்தார். சிறிது நேரத்துக்கு முன்பாக என்ன நடந்தது என்பதை விவரித்தார். தேவதை உடனடியாக ஏரிக்குள் மூழ்கி சூரிய ஒளியில் பளபளக்கும் ஒரு கோடாரி முனையுடன் வெளியே வந்தது. அது, சுத்தமான வெள்ளியால் செய்யப்பட்டிருந்தது.

“இது உன்னுடையதா?” தேவதை கேட்டது.

இந்தக் கோடாரி முனைதான் என்று சொன்னால், சுற்றுவட்டாரத்திலேயே பெரிய பணக்காரராக தான் உருவாகலாம் என்பது பெட்ரோவுக்குத் தெரியும். ஆனால், பெட்ரோ தலையை அசைத்து, “இல்லை, இது என்னுடையது இல்லை” என்றார்.

அந்த தேவதை மறுபடியும் ஏரிக்குள் மூழ்கியது. இப்போது, தங்கத்தால் ஆன ஒளிரும் கோடாரி முனையுடன் வெளியே வந்து, “இந்தக் கோடாரி முனையா?” என்று கேட்டது.

சுத்தமான தங்கத்தாலான இந்தக் கோடாரி முனையை விற்றால் எவ்வளவு பணம் கிடைக்கும் என்று யோசித்தார். ஆனாலும், தலையை அசைத்து, “இல்லை. இதுவும் என்னுடையது இல்லை” என்றார்.

மீண்டும் ஒருமுறை, நீருக்குள் மூழ்கிய தேவதை, அடியில் சென்று, மரவெட்டியின் உண்மையான இரும்பு கோடாரி முனையுடன் வெளியே வந்தது. “இந்தக் கோடாரி முனையா?” என்று கேட்டது.

"ஆமாம்!" உற்சாகமான மரவெட்டி, "இதுதான் என்னுடையது" என்றார். மகிழ்ந்தார். தேவதையிடமிருந்து கோடாரி முனையை வாங்கிக்கொண்டு, "மிக்க நன்றி" என்றார்

"உன்னுடைய நேர்மையை நினைத்து நான் வியக்கிறேன். நீ நேர்மையாளன் என்பதால், வெள்ளி மற்றும் தங்கத்தால் ஆன முனைகளையும் உனக்கே தர விரும்புகிறேன்" என்றது தேவதை.

மரவெட்டியின் முகம் பிரகாசமானது, "நிஜமாகவா?" என்று கேட்டார். "ஆனால், அது வேறு ஒருவடைய கோடாரி முனையாக இருக்கப் போகிறது" என்று சொல்லி தயங்கினார்.

"இல்லை," என்ற தேவதை, "அந்த கோடாரி முனைகள் நான் உனக்காகத் தயார் செய்தது" என்று சொன்னது.

தேவதைக்கு மறுபடியும் நன்றி சொன்ன பெட்ரோ, உடனடியாக வீட்டுக்குப் புறப்பட்டார். தங்கம் மற்றும் வெள்ளி முனைகளை மனைவியிடம் காட்ட மிகுந்த ஆர்வமாக இருந்தார்.

தன் குடிசைக்குத் திரும்பியதும், "நாம் அவற்றை விற்கலாம். நம் பிள்ளைகளின் கல்விக்காக அந்த பணத்தைச் சேமிக்கலாம்" என்று மனைவியிடம் சொன்னார்.

மிகவும் மகிழ்ந்த பெட்ரோவின் மனைவி, அண்டை வீட்டாரிடம் இச் செய்தியைப் பகிர்ந்தார். அந்த இரவிலேயே, மரவெட்டியின் கதை கிராமம் முழுவதும் பரவியது. குழந்தைகள்கூட, தேவதையைப் பற்றியும் தங்கம் மற்றும் வெள்ளி கோடாரி முனைகள் பற்றியும் பேசிக்கொண்டார்கள். பெட்ரோவின் அண்டை வீட்டில் இருந்த லித்தோ என்பவரைத் தவிர, எல்லாரும் மகிழ்ந்தார்கள்.

தங்கம் மற்றும் வெள்ளி கோடாரி முனைகளைப் பெறுவதற்கு பெட்ரோவைவிட தனக்குத்தான் அதிக தகுதி உள்ளது என்று லித்தோ நினைத்தார்.

மறுநாள் அதிகாலை, தன்னிடமிருந்த இரண்டு கோடாரிகளின் முனைகளையும் தளர்வாக வைத்துக்கொண்டு ஏரியின் அதே இடத்துக்குச் சென்றார் லித்தோ. மரத்தை வெட்டத் தொடங்கினார். அவர் திட்டமிட்டதுபோலவே, கோடாரியிலிருந்து முனை நழுவி ஏரிக்குள் விழுந்தது.

“ஐயோ,” என்று உரக்க கத்தினார். தன்னுடைய இரண்டாவது கோடாரியை எடுத்து மரத்தை வெட்ட உயர்த்தினார். அந்த முனையும் நழுவி விழுந்து, தண்ணீரை பீய்ச்சி அடித்தது. “ஐயோ, இரண்டு கோடாரி முனைகளும் போய்விட்டதே” என்று சொல்லி, அமர்ந்து அழுவதுபோல நடித்தார்.

சிறிது நேரத்தில் தோன்றிய தேவதை, அவரிடம், “ஏன் அழுகிறீர்?” என்று கேட்டது. தன் கோடாரிகள் உடைந்துவிட்டதாகவும், முனைகள் ஏரிக்குள் விழுந்துவிட்டதாகவும் லித்தோ சொன்னார். எதிர்பார்த்ததுபோலவே, தண்ணீருக்குள் மூழ்கியது தேவதை.

முதலில், வெள்ளி முனையுடன் எழுந்த தேவதை, “இது உன்னுடையதா?” என்று லித்தோவிடம் கேட்டது.

"ஆகா! நீ எடுத்துவிட்டாய்." ஆச்சர்யப்படுவதுபோல லித்தோ நடித்தார். "என்னே அருமையாக நீங்கள் முக்குளிக்கிறீர்கள். உங்களால் மற்றொரு கோடாரி முனையையும் எடுத்து தர இயலுமா?" என்று கேட்டார்.

மறுபடியும் நீருக்குள் மூழ்கிய தேவதை தங்க முனையுடன் வெளியே வந்து, "இது உன்னுடையதா?" என்று கேட்டது. "ஆமாம்! ஆமாம்!" பேராசையுடன் கைகளை நீட்டிக்கொண்டு, "இதுவும் என்னுடையதுதான்" என்றார்.

இரண்டு முனைகளையும் கைகளில் பிடித்துக்கொண்டு தேவதை சொன்னது, "இரண்டு முனைகளுமே உன்னுடையது இல்லை. நேர்மையாளர்களுக்கு மட்டுமே நான் உதவி செய்வேன். என் வனத்தைவிட்டு உடனே வெளியேறு. இனி ஒருபோதும் இங்கே வராதே"என்று சொல்லிவிட்டு தேவதை மறைந்தது.

அவமானத்துடன் வீட்டுக்குச் செல்வதைத் தவிர லித்தோவுக்கு வேறு வழி தெரியவில்லை. "நானொன்றும் பணக்காரன் இல்லை. இப்போது, என்னுடைய இரண்டு கோடாரி முனைகளையும் இழந்துவிட்டேனே! நான் பேராசைக்காரனாக அல்லாது, ஞானமுள்ளவராக இருந்திருக்க வேண்டும்" என்று தனக்குள் சொல்லிக்கொண்டார்.

09

மானும் நத்தையும்

பெம்போல் எனப்படும் நத்தை, தன்னுடைய கூட்டினுள் அமைதியாகத் தூங்கிக்கொண்டிருந்தது. அப்போது, மடாரென்று ஒரு சத்தத்தோடு அதன் மீது ஒரு கல் விழுந்தது.

“ஏய்!” தன் தலையை கூட்டில் இருந்து வெளியே நீட்டி, “யாரது?” என்று கேட்டது.

சுற்றித் தேடியபோது, அருகில் இருந்த நீரோடையில் புள்ளி மான் ஒன்று தண்ணீர் குடிப்பதைப் பார்த்து, “நீயா கல் எறிந்தாய்?” என்று கேட்டது.

நத்தை சொன்னது மானுக்குக் கேட்கவில்லை. பெம்போல் மண் தரையில் ஊர்ந்து, மானுக்கு அருகில் சென்று சத்தமாக, “நீயா என் மீது கல் எறிந்தாய்?” என்று கேட்டது.

நத்தையின் குரல் இப்போது மானின் காதுகளில் விழுந்தது. தன் தலையை

பெம்போல் பக்கமாகத் திருப்பிய மான், "நத்தையே, நீ என்னிடமா பேசிக்கொண்டிருக்கிறாய்?" என்று கேட்டது. மான் கேட்ட விதம், மானைவிட தான் சிறியவன் எனும் உணர்வை பெம்போலுக்கு ஏற்படுத்தியது.

"ஆமாம், நான் தான். என் மீது நீ கல் எறிந்தாயா? என்று உன்னைத்தான் கேட்டேன்" பெம்போல் துணிச்சலுடன் சொன்னது.

"அப்படியா, இருக்கலாம். அதையெல்லாம் கண்டுபிடிப்பது கஷ்டம். நடக்கும்போது, வழியில் கிடக்கும் பொருட்களை எனக்கே தெரியாமல் வலுவான என்னுடைய குளம்புகள் உதைப்பது, தினமும் நடக்கிற காரியம்தான்" என்று சொன்னது மான். இதைச் சொல்லிவிட்டு தண்ணீர் குடிப்பதற்காகத் தலையைத் தாழ்த்தியது.

தான் வாழும் பனாய் தீவில் நிறைய மான்களை பெம்போல் இதற்கு முன்பு பார்த்திருக்கிறது. எந்த மானுமே, இந்த அளவு மூர்க்கத்தனமாகவும், திமிர்பிடித்ததாகவும் இருந்ததில்லை. இந்த மானோ, பெம்போலைக் கண்டுகொள்ளக்கூட இல்லை.

மானுக்கு சிறிது அருகில் சென்ற பெம்போல், "நீ கண்டிப்பாக மன்னிப்பு கேட்க வேண்டும்" என்றது.

மறுபடியும் தலையை உயர்த்தி பெம்போலை கிண்டலாகப் பார்த்த மான், "கேட்கவில்லை என்றால்? நீ என்ன செய்வாய்... எனக்குப் பின்னால் ஓடிவரப் போகிறாயா?" என்றது.

"ஆமாம்... நிச்சயமாக!" பெம்போல் நம்பிக்கையுடன் சொன்னது.

மான் சிரித்தது. "நீ என்னைத் துரத்தி வரப்போகிறாயா? உனக்கு கால்களோ, ஏன்! பாதமோகூட கிடையாது" என்றது.

"இருந்தபோதும், என்னால் உன்னை விஞ்சி ஓட முடியும்." பெம்போல் நிறுத்துவதற்கு முன்பாகவே அதன் வாயிலிருந்து இந்த வார்த்தைகள் வந்துவிட்டன. ஏதோ, காரணத்துக்காக தேவையில்லாததையெல்லாம் மான் பேச வைக்கிறது.

"நீ சவால் விடுகிறாயா?" என்று கேட்ட மான், "யாரை வேண்டுமானாலும், பெரியது, சிறியது, ஒல்லியானது, குண்டானது, இளமையானது, வயதானது, என அனைவரையும் என்னால் விஞ்சி ஓட முடியும்" என்றது.

பெம்போல் தயக்கமே இல்லாமல், "ஆமாம், நான் உனக்கு சவால் விடுகிறேன். நான் உன்னை விஞ்சி ஓடத்தான் போகிறேன். உன்னை என்னிடம் மன்னிப்பு கேட்க வைக்கத்தான் போகிறேன்" என்று பயப்படாமல் சொன்னது.

சந்தேகமே இல்லாமல் உறுதியுடன் மானை உற்றுப் பார்த்தது பெம்போல்.

மான் மறுபடியும் சிரித்தது. ஏற்கெனவே எரிச்சலில் இருந்த பெம்போலை இது மேலும் எரிச்சலூட்டியது.

"சரி, என் பெயர் கஸ்பார். காலையில் சூரியன் உதித்ததும் உன்னுடன் போட்டியில் கலந்து கொள்கிறேன்" என்றது மான்.

"என் பெயர் பெம்போல். ஓடைக்கு அந்தப்பக்கமாக உள்ள பழைய வாழைமரம் அருகே, உனக்காக நான் காத்திருப்பேன்" என்றது நத்தை.

அந்த இரவு, அனைத்து நத்தை நண்பர்களையும் ஒன்று சேர்த்த பெம்போல், தனக்கு நடந்த அனைத்தையும் சொன்னது. "நான் எப்படி மானை ஜெயிக்கப்போகிறேன்?, என்ன நினைத்துக்கொண்டு அதனிடம் நான் சவால் விட்டேன்?" கவலையுடன் கேட்டது.

"கஸ்பார் மிகவும் வேகமாக ஓடக்கூடியது," மிகவும் வயதான ஒரு நத்தை சொன்னது, "இந்த தீவிலேயே கஸ்பார்தான் மிகவும் வேகமாக ஓடக்கூடிய மான் என்று நினைக்கிறேன்."

பெம்போலின் இதயம் பதறியது. நண்பர்கள் யாரும் நல்ல விதமாக சொல்லவே இல்லை. உலகத்தில் வேறெதுவும் தேவையில்லை, கஸ்பாரை ஜெயித்தால் போதும். ஆனால், உண்மைதான், பெம்போலுக்கு கால்களோ அல்லது பாதமோ இல்லை. பிறகு எப்படி அது ஓடும்?

அவர்கள் அனைவரும் தொடர்ந்து பேசியபோது, மானை ஜெயிப்பதற்கான சில வழிகளை நத்தைகள் யோசிக்கத் தொடங்கின. கூட்டத்தின் முடிவில், மிகச் சிறந்த ஒரு திட்டம் அவைகளிடம் இருந்தது.

★★★

மறுநாள் காலையில், ஓட்டப்பந்தயம் தொடங்கும் இடத்திலிருந்து, ஓட்டப்பந்தயம் முடியும் மலை உச்சிவரை பெம்போலுக்கு நெருக்கமான மூன்று நத்தை நண்பர்கள் தயாராக இருந்தன. முதல் நத்தை கொய்யா பழத் தோட்டத்திற்குச் சென்று காத்திருந்தது. இரண்டாவது நத்தை ஓடை மீதுள்ள மர பாலத்தில் காத்திருந்தது. மூன்றாவது நத்தை அன்னாசிப் பழத் தோட்டத்தின் வரப்பில் காத்திருந்தது. என்ன செய்ய வேண்டும் என்பது நத்தை நண்பர்களுக்கு நன்றாகத் தெரியும்.

ஓடை அருகில் இருந்த பழைய வாழைமரத்தடிக்கு பெம்போலும் கஸ்பாரும் சென்றன. கஸ்பார் இளக்காரமாகச் சிரித்துக்கொண்டு, "தோற்றுப்போகத் தயாரா?" என்று பெம்போலிடம் கேட்டது.

பெம்போல் பதில் சொல்லவில்லை. மாறாக, போட்டி தொடங்கும் கோட்டின் மீது நின்று, சமிக்ஞைக்காக காத்திருந்தது.

கஸ்பாரின் நண்பரான மற்றொரு மான், "ஒன்று... இரண்டு... மூன்று... ஓடுங்கள்!" என்று கத்தியது.

பெம்போல் அதனால் முடிந்தவரை வேகமாக ஓடியது. கஸ்பார் அமைதியாக நின்று பெம்போலைப் பாத்துக்கொண்டிருந்தது. "ஹாஹாஹா... இதுதான் உன்னுடைய வேகமா? என்னுடைய பாட்டிகூட உன்னைவிட வேகமாக நடப்பார்" என்று கஸ்பார் சிரித்தது.

"கஸ்பார் என்னவேண்டுமானாலும் சொல்லட்டும்" என்று நினைத்த பெம்போல் திரும்பிப் பார்க்கவே இல்லை. பெம்போலின் திட்டம் வெற்றி பெற்றால், கர்வம் கொண்ட மான் இன்னும் ஒரு மணி நேரத்தில் பெம்போலிடம் மன்னிப்பு கேட்கும்.

விரைவிலேயே, பெம்போலுக்கும் கஸ்பாருக்குமான இடைவெளி அதிகரித்தது. "கஸ்பார் இன்னும் புறப்படவே இல்லை. நண்பரிடம் ஒருவேளை பேசிக்கொண்டிருக்கலாம் அல்லது ஓடையில் தண்ணீர் குடித்துக்கொண்டிருக்கலாம் அல்லது வழியில் உள்ள பூக்களை நுகர்ந்து பார்த்துக்கொண்டிருக்கலாம்" என்று பெம்போல் நினைத்தது.

போதுமான அளவு நேரம் எடுத்து, "'நத்தையெல்லாம் எனக்கு போட்டியே இல்லை' என்று தற்பெருமையுடன் இந்நேரம் நண்பரிடம் கஸ்பார் சொல்லிக்கொண்டிருக்கும்" என்றும் பெம்போல் நினைத்தது.

பெம்போல் கொய்யா பழத் தோட்டத்தைக் கடந்து, முப்பது மீட்டர் சென்ற பிறகு, மெல்ல நடந்து வந்த மான் பெம்போலைக் கடந்து சென்றது.

அப்போது கீழே குனிந்த மான், "ஹா! முதல் ஆளாக கிளம்பினாலும், நீதான் தோற்கப் போகிறாய்" என்றது.

பெம்போல் கவலைப்படவில்லை. அதன் சிறந்த தோழி தாரா, கொய்யா பழத்தோட்டத்தில் காத்திருப்பது பெம்போலுக்குத் தெரியும். ஓட்டத்தை முடிப்பதற்காக பெம்போல் குறுக்குச் சாலையில் செல்லத் தொடங்கும்போது, பெம்போலின் இடத்தில் தாரா தொடர்ந்து செல்லும்.

சற்று நேரத்தில், தாராவுக்கு அருகில், இன்னும் அருகில் கஸ்பார் சென்றது. குறுக்குச் சாலையில் இறங்கிய பெம்போல், சாலையின் ஓரத்தில் நின்று கஸ்பாரைப் பார்த்தது.

இப்போது, பெம்போல் மாதிரி காட்டிக்கொண்டு, தாரா பேச ஆரம்பித்தது, "சோம்பேறியே! நீ இன்னும் உன் வேகத்தை அதிகரிக்கலாம். நான் ஜெயிக்கப் போகிறேன்."

தனக்கு முன்னால் நின்ற தாராவை, பெம்போல் என நினைத்து, கஸ்பார் திடுக்குற்றது. முப்பது மீட்டர் தொலைவில் இருந்தாலும் பெம்போலுவால் இதைப் பார்க்க முடிந்தது.

பாதையில் ஒன்றிரண்டு விநாடிகள் நின்ற மான், தன் தலையை இங்குமங்கும் ஆட்டிவிட்டு, வேகமெடுத்து, தான் பெம்போல் என நினைத்த தாராவைத் தாண்டிச் சென்றது. நத்தைகள் திட்டமிட்டதுபோலவே எல்லாம் நடந்தன.

பெம்போல் குறுக்குப்பாதையில் மெல்ல தொடுகோட்டை நோக்கிச் சென்றது. அதனுடைய திட்டம் வெற்றியடையும் என்பது அதற்கு தெரியும். கஸ்பார் மரப்பாலத்தை அடையும்போது, மற்றொரு நண்பர் அங்கே காத்திருப்பார். பெம்போல் தனக்கு முன்பாகச் செல்வதாக கஸ்பார் நினைத்துக்கொள்ளும்.

கஸ்பார் அன்னாசிப் பழத் தோட்டத்தை அடையும்போது, பெம்போலுவைப் போன்ற ஒரு

நத்தை அங்கே நின்று, மறுபடியும் கஸ்பாரை ஏமாற்றும்.

ஓடையின் குறுகலான பகுதியின் குறுக்கே விழுந்துகிடந்த ஒரு மரத்தில் தவழ்ந்து சென்றபோது பெம்போலுவால் சிரிக்காமல் இருக்க முடியவில்லை. கஸ்பாரை வெற்றிகொண்டு, முதலும் கடைசியுமாக மன்னிப்பு கேட்க வைக்கப்போகிறது.

ஓடையின் மறுபுறத்தில் இருந்த மலையை நோக்கி, பெம்போல் செங்குத்தாக ஏறியது. அங்குதான் எல்லைக்கோடு இருந்தது. அங்கு சென்றபிறகு, எல்லைக் கோட்டுக்கு இரண்டடி தூரத்தில் கஸ்பாருக்காகக் காத்திருந்தது.

ஒன்றிரண்டு நிமிடங்களுக்குப் பிறகு, பூமியில் ஏற்படும் அதிர்வை வைத்து, கஸ்பாரின் குளம்படி சத்தம் வேகமாக வருவதை பெம்போல் உணர்ந்தது. உடனே, முடிந்த அளவு வேகமாக தன் சதையை முன்னும் பின்னும் ஒரே சீராக அசைத்து, அங்குலம் அங்குலமாக தன் உடலை முன் நகர்த்தியது.

என்னதான், கஸ்பார் வெகுதூரத்தில் இருந்தாலும்கூட, தன்னை அது முந்தி சென்றுவிட முடியும் என்பது பெம்போலுக்குத் தெரியும்.

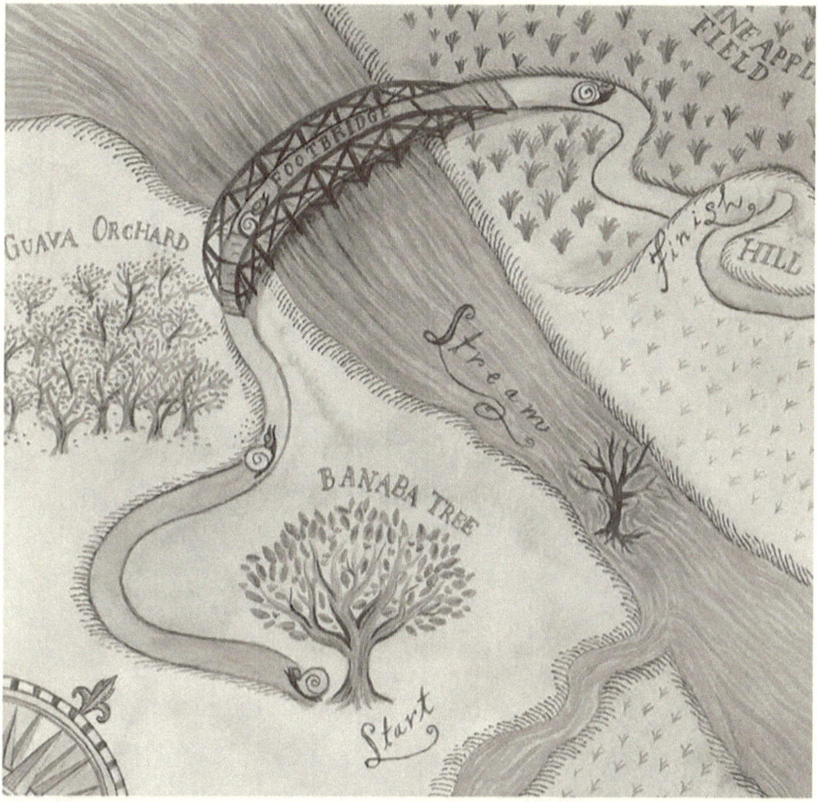

மரப்பாலத்தை கஸ்பார் கடந்து வருவதை பெம்போல் பார்த்தது. மான் தன்னைப் பார்த்துவிட்டதையும், வேகமாக ஓடிவருவதையும் பெம்போல் கவனித்தது.

உடனே, பெம்போல் முன்னும் பின்னும், முன்னும் பின்னும் வேகமாக இன்னும் வேகமாக நகர்ந்து எல்லைக் கோட்டைக் கடந்தது. கஸ்பார் ஒரு விநாடி தாமதமாக எல்லைக் கோட்டைத் தாண்டியது.

கஸ்பாரின் உடல் முழுவதும் வியர்வை முத்து முத்தாக நின்றது. அடிவயிறு துடித்தது.

“நான் ஜெயித்துவிட்டேன்! உன்னைத் தோற்கடித்துவிட்டேன்” பெம்போல் கத்தியது.

கஸ்பார் ஒரு வார்த்தைகூட சொல்லவில்லை.

கடைசி நேரத்தில் வேகமாக ஓடி வந்ததால் மேல் மூச்சு கீழ் மூச்சு வாங்கியது. முற்றிலும் களைத்துப் போனது. அதன் தலை படுவேகமாக ஆடியது, உடல் வலுவிழந்தது. கண்களுக்கு முன்னால் நட்சத்திரங்கள் நடனமாடுவதுபோல தெரிந்தன.

அதன் முன்னங்கால்களும், அதைத் தொடர்ந்து பின்னங்கால்களும் மடங்கின. அப்படியே, ஒடுங்கி புல் மீது படுத்திருந்ததுதான், மானுக்கு கடைசியாக நினைவில் இருந்தது.

“நான் ஜெயித்துவிட்டேன்” மறுபடியும் பெம்போல் சொன்னது.

மேல் மூச்சும் கீழ் மூச்சும்தான் கஸ்பாரின் பதில்.

“நீ என்னிடம் இப்போது மன்னிப்பு கேட்க வேண்டும்” என்று பெம்போல் உறுதியாகச் சொன்னது.

பேசப் போவதுபோல கஸ்பார் வாயைத் திறந்தது. பேசுவதற்குப் பதிலாக மூச்சுக்காற்றை நன்றாக உள்ளிழுத்தது.

“என் மீது கல் எறிந்ததற்கு மன்னிப்பு கேள்” என்றது பெம்போல்.

“மன்னித்துக்கொள்!”

சொல்லிக்கொண்டே மயங்கி விழுந்தது கஸ்பார்.

10

மலர்களின் பாலம்

வெகு காலத்துக்கு முன்பு, தூதரை அழைத்த கடவுள் (பத்தாலா), தன் குழந்தைகள் அனைவரையும் அவசரக் கூட்டத்துக்கு வரச் சொல்லுமாறு கட்டளையிட்டார்.

பத்தாலாவின் பெண் குழந்தைகளான, அதிகாலையின் நட்சத்திரம் (தலா), அறுவடையின் தேவதை (தஹானி) மற்றும் அதிகாலை (லிவைவே) ஆகியோர் முதலில் சொர்க்கத்துக்கு வந்தார்கள். ஐந்து நிமிடங்கள் கழித்து, மகன்களான, காற்று (ஹங்கின்), மின்னல் (கிட்லாட்), மற்றும் சூரியன் (ஆரவ்) வந்தார்கள்.

சொர்க்கத்தில், அரண்மனையின் மைய அரங்கத்தில் அமைந்திருந்த முட்டை வடிவிலான மேஜையைச் சுற்றி சகோதர சகோதரிகள் அமர்ந்து, கூட்டம் தொடங்குவதற்காக காத்திருந்தார்கள். ஏதோ

முக்கியமானது நடக்கப்போகிறது என்பது அவர்களுக்குத் தெரியும்.

தன் பிள்ளைகள் அவரவருக்கான இருக்கைகளில் அமர்ந்திருப்பதைக் கவனித்த பத்தாலா புன்னகைத்தார். ஒவ்வொருவரையும் குறித்து பெருமைப்பட்டார். கடைசி மகளின் நாற்காலி இன்னும் காலியாகவே இருப்பதைக் கவனித்தவர், "பைஹரி எங்கே? மறுபடியும் அவள் வரவில்லையா?" முகத்தைச் சுளித்துக்கொண்டு கேட்டார்.

தூதர் சொன்னார், "நான் எல்லா இடங்களிலும் தேடிப் பார்த்தேன். பைஹரியைக் காணவில்லை."

"ஒருவேளை அவள் தோட்டத்தில் விளையாடிக் கொண்டிருப்பாள்" என்றாள் லிவைவே.

கையை மூடி மேசையில் குத்தியபடி, "அவள் மறுபடியும் வரவில்லை" என்றார் பத்தாலா.

"ஒருவேளை... அவள் தாமதமாக வரலாம்," என்று சொல்லி தன் தந்தையை கிட்லாட் அமைதிப்படுத்த முயன்றான்.

"இல்லை! இதை ஒருபோதும் சகித்துக்கொள்ள முடியாது. இதேபோல் பலதடவை அவள் செய்துவிட்டாள்" என்றார் பத்தாலா.

"ஆனால், தந்தையே," தஹானி சொன்னாள், "அவளுக்கு பதினான்கு வயதுதான் ஆகிறது. நாம் சொல்வது அவளுக்கு இன்னும் சரியாக புரியவில்லை...."

"இல்லை! இந்நேரம் முதல் இந்த வீட்டுக்குள் வர அவளுக்கு நான் தடை விதிக்கிறேன்" குரல் உயர்த்தினார் பத்தாலா.

எதிர்ப்பு தெரிவிப்பதற்காக, குழந்தைகள் அனைவரும் நாற்காலிகளில் இருந்து எழுந்தார்கள். ஏனென்றால், கனிவும் இரக்கமும் மிக்க சகோதரி பைஹறியை அவர்கள் மிகவும் நேசித்தார்கள். பைஹறி, மலர்களின் தேவதை. காகிதப் பூ போல வண்ணமயமானவள், சுதந்திரமாகத் திரியக்கூடியவள்.

இறுதியில், அனைவரிலும் மூத்தவரான தஹானி, கீழுதட்டைக் கடித்தபடி, "அப்பா, தயவுசெய்து அவளுக்கு இன்னுமொரு வாய்ப்பு கொடுங்கள்" என்று கேட்டாள்.

"ஆமாம் அப்பா! அவள் வேண்டுமென்றே உங்களைக் கோபப்படுத்தவில்லை" என்றான் ஹங்கின்.

"முடியாது!" பத்தாலா மறுபடியும் சொன்னார், "அவளுடைய தோட்டத்தில் அவள் விளையாட விரும்பினால், காலந்தோறும் அங்கேயே இருக்கட்டும்" என்றார்.

உண்மையில், பைஹறி பூமியில் அவளுக்கு மிகவும் பிடித்த தோட்டத்தில் விளையாடிக்கொண்டிருந்தாள். மரத்திலிருந்து விழுந்த பூக்களைச் சேகரித்து மாலைகள் கட்டுவதில் பரபரப்பாக இருந்தாள். அப்பூக்களின் இனிமையான வாசம் அவளைப் பேரமைதியில் திளைக்கச் செய்திருந்தது. வெள்ளை மற்றும் மஞ்சள்

பூக்களின் இழைகள் பைஹரியின் கழுத்திலும் தலையிலும் அணி செய்திருந்தன. சிறிய கயிற்றினால் ஒவ்வொரு பூக்களாகக் கட்டியபோது, மெல்ல வாய்க்குள்ளே பாடிக்கொண்டிருந்தாள்.

மாலை நேரமானது. ஆரஞ்சு நிற வெளிச்சம் பைஹரியின் பழுப்பு நிறத் தோலில், இதமாக ஒளிர்ந்தது. சற்று உயரமான பாறையில் அமர்ந்து, கீழே அமைதியாக அலையடித்த கடலையும், வானம் ஆரஞ்சு நிறத்திலிருந்து சிவப்பாக, பிறகு நீல நிறமாக, அடுத்து கருநீலமாக மாறுவதையும், இருள் சூழ்ந்த பொழுதில் லட்சக்கணக்கான மஞ்சள் நட்சத்திரங்கள் பூத்ததையும் பார்த்தாள். தன்னைச் சுற்றிலுமிருந்த வண்ணங்களிலும், வாசனைகளிலும் தன்னைத் தொலைத்திருந்தாள். தன் தந்தையின் தூதர் தனக்கு அருகில் நிற்பதைக்கூட பைஹரி கவனிக்கவில்லை.

"எங்கள் பாசமிகு தேவதையே! நேற்றிலிருந்து நான் உங்களைத் தேடிக்கொண்டிருக்கிறேன்" என்று பேசத் தொடங்கினார் தூதர்.

திடுக்குற்று, நன்கு உள்ளிழுத்த மூச்சுக்காற்றைப் பாதியிலேயே நிறுத்திய பைஹரி, குரல் வந்த பக்கம் திரும்பி, "நீங்கள் இங்கு என்ன செய்கிறீர்கள்?" என்று கேட்டாள்.

"உங்கள் அப்பா என்னை அனுப்பினார். உங்களிடம் ஒரு செய்தி சொல்லச் சொன்னார்" என்றார்.

"அப்படியா! சரி சொல்லுங்கள்!"

ஒரு விநாடி தயங்கிய தூதர், அவளை நேரே பார்க்காமல், "அதாவது...! இனி ஒருபோதும் நீங்கள் வீட்டுக்கு வரக்கூடாது என்று சொல்லச் சொன்னார்" என்றார்.

"ஆனால், ஆனால், ஏன்? நான் என்ன செய்தேன்? ஏன், அவர் என்மீது கோபமாக இருக்கிறாரா?" குழப்பத்துடன் கேட்டாள்.

"ஆமாம் தேவதையே!" என்பது மட்டும்தான் தூதரால் சொல்ல முடிந்தது.

"ஆனால், ஏன்?"

"ஏனென்றால், இன்றைய கூட்டத்துக்கு நீங்கள் வரவில்லை." என்றார் தூதர்.

“என்ன கூட்டம்?” உண்மையிலேயே புரியாமல் கேட்டாள் பைஹரி.

“அவர் ஓர் அவசர கூட்டத்துக்கு அழைத்திருந்தார்” தூதர் விளக்கினார். “நான் உங்களை எல்லா இடங்களிலும் தேடினேன்....” சொல்லும்போதே அவர் குரலின் சத்தம் குறைந்தது. தொடர்ந்து, “என்னை மன்னியுங்கள். சொர்க்கத்தில் நுழைய உங்களுக்குத் தடை விதிக்கப்பட்டுள்ளது” என்றார்.

“ஆனால், கூட்டம் நடக்க இருப்பது எனக்குத் தெரியாதே,” தூதரைப் பார்த்தாள். அவளின் வட்டமான கண்கள் கண்ணீரால் நிரம்பியிருந்தது, “எனக்குத் தெரியாது” என்றாள்.

“தயவுசெய்து என்னை மன்னியுங்கள்,” தூதர் மீண்டும் சொன்னார், “இங்கே நிறைய தோட்டங்கள் இருப்பதால், சரியான நேரத்தில் உங்களைப் பார்த்து என்னால் சொல்ல இயலவில்லை”

“மறுபடியும் என் தந்தையின் மகிழ்ச்சியை நான் கெடுத்துவிட்டேன்” அழுதுகொண்டே பைஹரி சொன்னாள், “நான் உறுதி கொடுத்திருந்தேன். வீட்டுக்கு அருகில்தான் இருப்பேன் என்று பலமுறை அவருக்கு உறுதி கொடுத்திருந்தேன்.” பைஹரி தேம்பித் தேம்பி அழுதாள்.

விடைபெறுவதற்காக திரும்பிய தூதர், “எல்லாம் நலமாக அமைய வாழ்த்துகிறேன் தேவதையே” என்று சொல்லிவிட்டு, அவர்களைச் சூழ்ந்திருந்த இருளுக்குள் மறைந்தார்.

பைஹரி தாங்கொண்ணாத் துயரத்தில் பல மணி நேரங்கள், சூரியன் உதிக்கும்வரை அழுதாள். தந்தையின் மனதை மாற்றுவதற்காக அவரிடம் செல்லலாம் என்று நினைத்தாள், ஆனால், அதனால் ஒரு நன்மையும் நடக்கப்போவதில்லை என்பது அவளுக்குத் தெரியும்.

அதற்குப் பதிலாக, சரியான நேரத்தில் தந்தை தன்னைப் புரிந்துகொள்வார் எனும் நம்பிக்கையில், தோட்டத்தையே தனது புது வீடாக மாற்றத் தொடங்கினாள். அருகில் வாழ்ந்த மக்களையும் விலங்குகளையும் நண்பர்களாக்கினாள். ஆயிரக்கணக்கான பூ வகைகளை உருவாக்கினாள். ஒவ்வொரு வருடமும் பூ பூக்கும் காலங்களில் அவள் கொண்டுவந்த பூக்களின் நிறங்களை உலகினர் யாரும் அதுவரை பார்த்ததே இல்லை. அந்தப் பூக்களின் வாசத்தைப் போன்று இதற்கு முன்னர் ஒருவரும் நுகர்ந்ததில்லை.

ஒருநாள், பிரமாண்டமாக, தொலைதூரத்தில் வாழும் மக்களும் பார்க்கக்கூடிய வகையில் வளைந்த பந்தல் ஒன்றை பூக்களால் வானத்தில் கட்ட முடிவெடுத்தாள் பைஹரி. பூக்களால் ஆன பந்தல் வானம்வரை சென்றது. பைஹரியின் பந்தலில் பச்சை, நீலம், ஆரஞ்சு, மஞ்சள் போன்ற நிறங்களும் இருந்தன.

“வானத்திலிருந்து இந்த அற்புதமான வளைவை தந்தை பார்ப்பார். பார்த்து, என்னை வீட்டுக்கு வரச் சொல்லுவார்” என்று மனதுக்குள் ஓர் ரகசிய ஆசை அவளுக்கு இருந்தது. பல ஆண்டுகளுக்குப் பிறகு அவள் நினைத்ததுபோலவே தந்தை செய்தார்.

இன்றும், நமக்கு அதிர்ஷ்டம் இருந்தால், பைஹரியின் பந்தலை நம்மால் பார்க்க முடியும். ஆனால், நாம் அதற்கு வேறு பெயர் வைத்திருக்கிறோம். நாம் அதை வானவில் என்று அழைக்கிறோம்.

11

ஏன் சேவல் கூவுகிறது?

பழங்காலத்தில், பிலிப்பைன்ஸ் நாடு வெவ்வேறு பழங்குடி இனங்களை உள்ளடக்கியதாக இருந்தது. இனங்களுக்கு இடையே எப்போதும் சண்டைகளும் கருத்து முரண்பாடுகளும் அடிக்கடி நிகழ்ந்ததால், போர் கடவுளான சிடாபா மிகவும் கவலைப்பட்டார்.

மக்களின் தூதர்கள் கொண்டுவரும் அனைத்து சண்டைகளையும் இவர்தான் தீர்த்து வைக்க வேண்டும். இனங்களுக்கிடையே ஒவ்வொரு நாளும் சண்டைகள் நடந்ததால், சிடாபாவின் அலுவலகத்துக்கு முன்பாக எப்போதும் நீண்ட வரிசையில் தூதர்கள் காத்திருந்தார்கள்.

ஒருநாள், நள்ளிரவு கடந்தும் சிடாபா வேலை செய்துகொண்டிருந்தார். ஏனென்றால்,

ஓர் குறிப்பிட்ட இனத்தவர்கள், மற்றோர் இனத்தைச் சேர்ந்த ஒரு பெண்ணை கடத்திச் சென்றிருந்தார்கள். சிடாபா ஏற்கெனவே மிகவும் களைத்திருந்தார். ஆனாலும், அப்பெண்ணை பாதுகாப்பாக வீட்டுக்குத் திரும்பிக் கொண்டுவருவதற்கான திட்டத்தை வகுக்கும்வரை அவரால் தூங்க இயலவில்லை.

“பெப்,” தன் காவலர்களுள் ஒருவரை சிடாபா அழைத்தார். “சூரியன் உதிக்கும் முன்பாக என்னை எழுப்ப வேண்டும். எனக்கொரு முக்கியமான கூட்டம் இருக்கிறது. நேரத்துக்கு எழுந்திருக்காமல் தூங்கிவிடுவேனோ என்று அஞ்சுகிறேன்” என்று சொன்னார்.

“சரிங்க ஐயா” என்றார் பெப்.

“சரி! நான் உடனே தூங்கப் போகிறேன். நீயும் இப்போதே தூங்கப் போகலாம். அப்போதுதான் நீ ரொம்ப நேரம் தூங்கிவிடமாட்டாய்” என்றார்.

பெப் தன் வீட்டுக்குப் புறப்பட்டார். ஆனால், வீட்டுக்கு நடந்தபோது, சிடாபாவின் அலுவலகத்துக்கு வெளியே வரிசையில் நின்றவர்களுள், தன்னுடைய நண்பர்கள் சிலரும் நிற்பதைப் பார்த்தார். கடத்தப்பட்ட பெண்ணின் தற்போதைய நிலை குறித்த தகவல் ஏதாவது அறிந்துகொள்ள அவர்கள் விரும்பலாம் என்பதால், அவர்களுடன் சில நிமிடங்கள் பேச நினைத்தார். மாலை நேரத்தில், அதிக நேரம் சிடாபாவின் அலுவலகத்தில் இருந்ததால், கடத்தல் குறித்த அனைத்து தகவல்களுமே பெப்புக்கு தெரிந்திருந்தன.

நண்பர்களுக்கு அருகில் சென்ற பெப், காத்திருந்த தூதர்களுடன் தன்னை மறந்து கதையளக்க ஆரம்பித்தார் “காலை ஒரு மணிக்குள்ளாக பெண்ணை விடுவிக்கவில்லையென்றால், தன்னுடைய இராணுவத்தை அனுப்பப்போவதாக தலைவர்

சொல்கிறார்" தன்னைச் சுற்றியிருந்தவர்களிடம் பெப் சொன்னார். "மேலும், பதுங்கித் தாக்கவும் சிடாபா திட்டமிடுகிறார்..." இதைச் சொல்லிவிட்டு திடீரென, "ஐயோ! அதை நான் உங்களிடம் சொல்லக் கூடாது" சொல்லுவதை பெப் நிறுத்தினார்.

பெப் தன் வாயைப் பொத்தி அமைதியானார். அவரைச் சுற்றிலும் இருந்தவர்கள், அவரை நெருக்கி அமர்ந்தார்கள்.

"எங்களிடம் சொல்" தூதர் ஒருவர் கேட்டார்.

"சொல்லு பெப். நாங்கள் யாரிடமும் சொல்ல மாட்டோம். இது உறுதி" என்றார் மற்றொரு தூதர்.

"ஆமாம்!" என்று ஆமோதித்த மற்றொருவர், "தயவுசெய்து எங்களிடம் சொல்" என்றார்.

தன்னைச் சுற்றிலும் இருந்த ஆர்வமான முகங்கள் அனைத்தையும் பார்த்த பெப், தனது முக்கியத்துவத்தை நினைத்து மகிழ்ச்சியடைந்தார்.

பெப் என்ன சொல்லப்போகிறார் என்பதை அறிய ஆர்வமாக இருந்தார்கள். எல்லாரும் அவரையே கவனித்தார்கள்.

“சரி,!” மெல்ல சொன்னார், “ஆனால், இது ரகசியம். நீங்கள் யாருக்கும் சொல்லக்கூடாது”

அனைத்து ஆண்களும் தலையையாட்டி, “நாங்கள் சொல்ல மாட்டோம்,” என்று உறுதி கொடுத்தார்கள்.

கடத்தியவர்களிடமிருந்து அப்பெண்ணை மீட்டு வருவதற்காக சிடாபா போட்டிருந்த ரகசிய திட்டத்தை பெப் விரிவாக விளக்கினார். அப்போது, கடிகாரம் 12 மணி அடித்தது. ரொம்ப நேரம் மகிழ்ச்சியாகப் பேசிக்கொண்டிருந்ததில் நேரத்தை மறந்துவிட்டார். எனவே, தூங்குவதற்கு விரைந்தார். படுக்கையில் படுத்து உருண்டு நன்கு தூங்கினார்.

“சோம்பேறி காவலனே! எழுந்திரு” போர்க் கடவுள் கத்தினார்.

தன் முதலாளியின் கோபமான குரலைக் கேட்டு, என்ன நடக்கிறதென்று தெரியாமல் பெப் விழித்தார். அவரே ஆச்சர்யப்படும் அளவுக்கு, அறை முழுவதும் ஏற்கெனவே பிரகாசமாக இருந்தது. அருகில் இருந்த அனைத்து பாய்களும் சுருட்டி தனியாக வைக்கப்பட்டிருந்தன.

குதித்தெழுந்து, “ஐயா!” என்றார்.

“இப்போது என்ன நேரம் தெரியுமா?” கோபத்தில் படபடவென்று பேசினார் சிடாபா.

“தெரி...தெ.. தெரியவில்லை ஐயா” பெப் உளறினார். தன் முழங்கால் நடுங்குவதை பெப்பால் உணர முடிந்தது. மிகவும் பயந்து போயிருந்தார்.

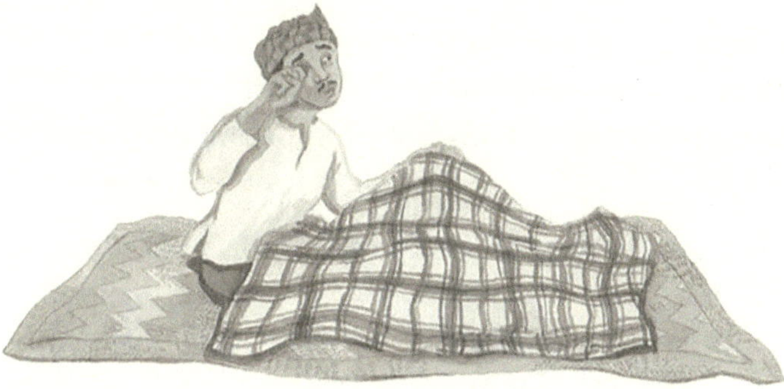

“நான் சொன்னதை நீ செய்யவில்லை. எதற்கும் பயனில்லாத காவலன் நீ. நான் என் கூட்டத்துக்குத் தாமதமாகிவிட்டேன்” இதைச் சொல்லிவிட்டு சிடாபா, சுழன்று விரைவாக வெளியேறினார்.

சிறிது நேரம் பெப்பால் அசையக்கூட இயலவில்லை. அதே இடத்தில் உறைந்துபோய் நின்றார். அவரது இதயம் மிக வேகமாகத் துடித்தது. உடனே தன் தலைவருக்குப் பின்னால் ஓடினார்.

முழந்தாளிட்டு, “போர்க் கடவுளே, வல்லமை பொருந்திய சிடாபாவே, தயவு செய்து என்னை மன்னியுங்கள்” என்று சொன்னார். கீழே இருந்த

அவரை ஓரக்கண்ணால் பார்த்த சிடாபா, "மன்னிப்பெல்லாம் இல்லை. மிகப்பெரும் இத்தவறுக்காக நான் உன்னைத் தண்டிக்கப்போகிறேன்" என்றார்.

"விரைவாக தூங்க வேண்டும் என்றுதான் நான் சென்றேன். ஆனால், தூதர்கள் என்னை நிறுத்தி நிறைய கேள்விகள் கேட்டார்கள்" என்று விளக்கினார் பெப். தன் தவறுக்காக மிகவும் வருந்திய பெப், சொல்வதற்கு வேறு நல்ல காரணம் ஏதும் கிடைக்குமா என்று தேடினார். வேறொன்றும் கிடைக்காததால், உண்மையைச் சொல்ல முடிவெடுத்தார். தன் நண்பர்களுடன் அரட்டை அடித்ததையும், ரகசிய தாக்குதல் திட்டத்தை சொன்னதையும்கூட சிடாபாவிடம் சொன்னார்.

"இதற்கு முன்பு இருந்ததைவிட, இப்போது இன்னும் அதிக பிரச்சனையில் நீ இருக்கிறாய். என் அலுவலகத்தில் நீ கேட்பதை, மற்றவர்களிடம் சொல்வதற்கு உனக்கு எந்த அதிகாரமும் இல்லை" என்றார்.

பெப்பின் கண்களில் நீர் சூழ்ந்தது, "என்னை மன்னித்துவிடுங்கள் ஐயா" மிகவும் பணிவுடன் சொன்னார்.

"உன்னுடைய சோம்பேறித்தனமும், பெரிய வாயும் எண்ணற்ற பிரச்சனைகளை எனக்குத் தரப் போகிறது. உனக்கு நான் சாபமிடப் போகிறேன். ஒவ்வொருவருக்கும் அது நல்ல பாடமாக அமையும்" என்றார்.

"ஐயோ வேண்டாம், தயவுசெய்து வேண்டாம்" பெப் மன்றாடினார்.

"இப்போதுமுதல், உன்னால் பேச இயலாது. உன்னுடைய உடல் சுருங்கி, இறக்கைகளும் இறகுகளும் முளைக்கும். ஒவ்வொரு நாள் காலையிலும், விடியும் முன்பாக நீ எழுந்து கூவ வேண்டும்."

'வேண்டாம்' என்று சொல்வதற்காக பெப் தலையை ஆட்டி, "ஆனால்..." என்று ஆரம்பித்தார். அந்த வாக்கியத்தை பெப் முடிக்கும் முன்பாக அவரது வாய், பறவையின் அலகு போலானது. உடல் சுருங்கத் தொடங்கியது. கைகள் இறக்கைகளாகின. ஒவ்வொன்றாக இறகுகள் உடலெங்கும் முளைக்கத் தொடங்கின. பெப் தன் தோற்றத்தை நினைத்து அவமானப்பட்டார். இதற்கு மேலும் அதன் தோற்றத்தை சிடாபா உருக்குலைத்துவிடுவார் என்னும் பயத்தில் அந்த இடத்திலிருந்தே பறந்து சென்றார் பெப்.

அன்றிலிருந்து பெப், சேவல் என அழைக்கப்படுகிறது. விடியும் முன்பாக தினமும் கூவுகிறது.

12

கடலுக்கும் வானத்துக்கும் போர்

உலகம் உருவானபோது வானம், கடல், மற்றும் ஒரேயொரு கருப்பு பறவை மட்டுமே இருந்தன. அதுவரை நிலம் உருவாகாததால் தொடர்ந்து வானில் பறப்பதைத் தவிர பறவைக்கு வேறு வழி இருக்கவில்லை.

ஓய்வே இல்லாமல், நாள்தோறும் பறவை வேகமாக பறந்தது. இறக்கைகள் களைப்படைந்தபோது, நீண்ட தூரத்துக்கு காற்று சுமந்து செல்லுமாறு முடிந்த மட்டும் இறக்கைகளை வெறுமனே அகல விரித்தது.

ஒரு மதிய நேரத்தில் தன் இறக்கைகளை விரிக்க இயலாதவாறு மிகவும் களைப்படைந்தது. ஓய்வெடுப்பதற்கான இடம் ஏதும் இல்லை. பறவைக்குக் கீழே, பெருங்கடலில் அலையும் நீல நிற தண்ணீர் மட்டுமே இருந்தது.

இன்னும் சில நாட்கள்தான், அதற்குப்பிறகு கடலில் விழுந்து தான் செத்துவிடுவோம் என்பது பறவைக்குத் தெரியும். களைத்துப்போன தன் இறக்கைகளுக்கு ஓய்வளிக்கும் வழியை அது கண்டுபிடிக்க வேண்டும். இல்லாவிட்டால் நிச்சயமாக அது இறந்துவிடும்.

அந்தக் காலத்தில், வானம் மிகவும் கீழே, ஏறக்குறைய கடலைத் தொட்டுக்கொண்டுத் தொங்கியது. "கடலையும் வானத்தையும் பயன்படுத்தி, நான் ஓய்வெடுப்பதற்கான ஒன்றை எப்படி உருவாக்குவது?" பறவை யோசித்தது. பல நாட்கள் யோசித்துக்கொண்டே இருந்தது.

கடைசியில், என்ன செய்ய வேண்டும் என்பது பறவைக்குத் தோன்றியது. மறுநாள் காலையில், வேகமாகக் கடலுக்கு அருகில் சென்று சொன்னது, "வானம் சொல்கிறது, நீ எதற்கும் பயனில்லாத உப்பு கடலாம். தேவையில்லாத அலைகளை உருவாக்குவதைத் தவிர நீ வேறெதுவும் செய்வதில்லையாம். வானத்தைப்போல, நான் பறப்பதற்கு உன்னால் உதவக்கூட முடியாதாம்."

"என்னது?" கடல் கத்தியது. "ஆழ்கடலில் உள்ள உயிரினங்கள் குறித்து, வானத்தால் ஒருபோதும் கற்பனை செய்துகூட பார்க்க முடியாது. என் அலைகளுக்குக் கீழே உள்ள உலகம், வானத்தில் உள்ள அனைத்தையும்விட விலை உயர்ந்தது" என்றது கடல்.

"நல்லது! ஆனால், வானம் சொல்கிறது நீ எதற்கும் பயனில்லாததாம்! ஒருநாள் நீ என்னைக் கொன்றுவிடுவாயாம்."

கடல் சீற்றமடைந்தது. தண்ணீர் கருப்பு நிறமாக மாறிச் சுழன்றது. பெரிய அலைகள் வானத்தை நோக்கி எழத் தொடங்கின. பெரிய பெரிய அலைகளாக அவை மாறின. அதன் முகடுகளில் வெள்ளைநுரை உருவாகின. விரைந்தெழும் நீரின் பேரிரைச்சல் இடியைப்போல சத்தமாகக் கேட்டது.

வானத்தில் பறந்துகொண்டிருக்கும் தன்னைப் பற்றிப்பிடித்து இழுத்து மூழ்கடித்துவிடும் என்று பயந்த பறவை உடனடியாக அங்கிருந்து பறந்து தப்பித்தது. கடல் தன் அலைகளை மேலும் மேலும் உயரத்தில் அனுப்பியதை பறவை பார்த்தது. அதைப் பார்ப்பதற்கு, வானத்தை மூழ்கடிக்க தன் ஆற்றல் முழுவதையும் கடல் பயன்படுத்தியதுபோல் இருந்தது.

தொடமுடியாத உயரத்துக்கு, சொர்க்கம் வரை வானம் தன்னை இழுத்துக்கொண்டது. கடல் இன்னும் மேலே சென்று, தன் உப்பு நீரால் வானத்தின் மீது மோதியது. அப்போது, திடீரென மின்னல் கடலைத் தாக்கியது. இருண்ட வானிலிருந்து பாறைகளும் பாறாங்கற்களும் பொழியத் தொடங்கின.

காயப்படாமல் இருப்பதற்காக, பதற்றத்துடன் இடப்பக்கமும் வலப்பக்கமும், மேலேயும் கீழேயும் பறந்தது பறவை. பாறைகள் எல்லா திசைகளிலும் விழுந்தன. கடல் நீரினால் பறவையின் இறக்கையில் கனம் ஏறியது.

“நான் செய்தது என்ன? “எப்போதுமில்லாமல் இப்போது மிகுந்த ஆபத்தில் இருக்கிறேனே!” என்று தனக்குள் கேட்டுக்கொண்டது பறவை.

திடீரென, தொடங்கியது போலவே எல்லாம் நின்றன. மீண்டும் ஒருமுறை, அமைதியாகவும், பிரகாசமாகவும், நீல நிறமாகவும் இருந்த வானத்தில், பறவை மிகுந்த எச்சரிக்கையுடன் பறந்தது. மேலிருந்து கீழே கடலைப் பார்த்தபோது, இதற்கு முன்பு இல்லாத ஏதோ ஒன்று உருவாகியிருப்பதைக் கவனித்தது.

வானத்தை விட கடல் மிக நீண்ட தூரத்தில் இருப்பதை அறிந்த பறவை, நன்றாகப் பார்ப்பதற்காக, இன்னும் கீழே பறந்து வந்தது. ராட்சத பாறைகள் கொத்தாக கடலில் சேர்ந்து, கடலை நிறைத்திருந்தன. கடல் பரப்புக்கு மேலே, அவை நீண்டிருந்தன. அதைச்

சுற்றிலும் இருந்த நீர், பாறைகளின் மீது மோதுவதையும், பின்னால் செல்வதையும் மறுபடியும் மோதுவதையும் பார்த்தது. சிறிது இறங்கி வந்த பறவை, பாறையின் உச்சியில் தன் விரல்களால் மெல்ல தொட்டது. மேற்பரப்பு, கடினமாகவும் பாதுகாப்பாகவும் இருந்ததால், ஓய்வெடுக்க ஓர் இடம் கிடைத்ததை நினைத்து மகிழ்ந்தது.

உட்கார்ந்த இடத்திலிருந்து சுற்றிலும் பார்த்த பறவை, கண்ணுக்கெட்டும் தூரம் வரை, கடலுக்கு மேலே பாறைகள் நீட்டிக்கொண்டிருப்பதைக் கவனித்தது. பெரிய பாறைகளும், சின்னஞ்சிறிய பாறைகளும் நீருக்கு வெளியே தெரிந்தன. அவைகள் வளர்ந்து முழுமையடைந்து 7000க்கும் மேற்பட்ட தீவுகள் உடைய பிலிப்பைன்ஸ் நாட்டை உருவாக்கின.

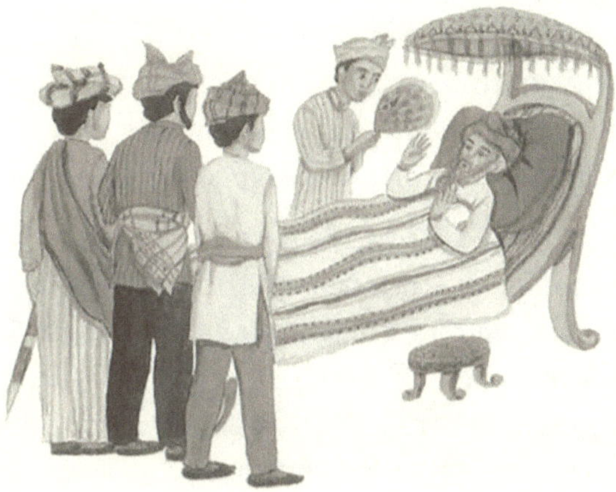

13

இளவரசரின் மணப்பெண்

"நான் இறப்பதற்கு முன்பாக உங்கள் அனைவருக்கும் திருமணம் ஆகியிருப்பதை நான் பார்க்க வேண்டும்" வயதான அரசர் தன் கட்டிலுக்கு அருகில் நின்ற மூன்று மகன்களிடமும் சொன்னார்.

அரசரின் நெற்றி வியர்த்து ஈரமாக இருந்தது. அவருடைய குரல், கிசுகிசுக்கும் சத்தத்தைவிட சற்றுக் கூடுதலாக இருந்தது. ஏற்கெனவே பல மாதங்களாக நோயுற்றிருக்கும் அவரது உடல்நலம் நாளுக்கு நாள் குறைந்துகொண்டே போனது.

"இப்போது போங்கள்! போய், உங்கள் மனைவிகளைத் தேடுங்கள்" அதட்டும் தொனியில் சொன்னார்.

மறுநாள் அதிகாலையில் மூன்று இளவரசர்களும் புறப்பட்டார்கள்.

அவர்களுடன், அரிசி, மீன், மற்றும் எதிர்கால மணப்பெண்களுக்கான பரிசுகளைச் சுமந்து செல்லும் பணியாளர்களும் சென்றார்கள். மிகுந்த ஆற்றலுடனும் உற்சாகத்துடனும் மூவரும் தங்கள் நாட்டைச் சுற்றியுள்ள மலைப் பகுதிகளில் வெவ்வேறு வழிகளில் சென்றார்கள்.

சில நாட்கள் கழித்து, மூத்த மகன் மனுவேல், முழங்காலுக்கு கீழேவரை நீளமான தலைமுடி உள்ள அழகான பெண்ணை அழைத்துக்கொண்டு வந்தார். விரைவிலேயே, இரண்டாவது மகன் பவுலோ, ஏறக்குறைய முதல் பெண்ணையொத்த அழகும், கனிவும் மிக்க ஒரு பெண்ணை அழைத்து வந்தார். பெண்ணின் பளிச்சிடும் சிரிப்பு, அரசரின் அறைக்கு ஒளியூட்டியது. அவரது தோல் மிகவும் மென்மையாகவும், பளபளப்பாகவும் விளங்கியது.

மகன்கள் தங்கள் மணப்பெண்களை அறிமுகப்படுத்தியபோது அரசர் மிகவும் மகிழ்ந்தார். "நீங்கள் இருவரும் என் மகன்களை நன்றாகப் பார்த்துக்கொள்வீர்களென்றால், நான் மகிழ்ச்சியாக இறப்பேன். உண்மைதான்! நீங்கள் இருவரும் என் மகன்களுக்கு மிகவும் பொருத்தமானவர்கள்தான்" என்றார்.

பிறகு கதவு திறந்தது. அரசரின் அறைக்குள் காவலர் வந்தார். "பேரரசே", சிரித்துக்கொண்டும், முகம் சிவந்தும், ஏதோ சிரித்துவிடக் கூடாதென அடக்குவதுபோல நின்று, "மார்க்கோ வந்துவிட்டார்" என்றார்.

"உள்ளே வரச் சொல்" என்றார் அரசர்.

"ஆகட்டும் பேரரசே!" என்றார் காவலர். வெளியே சென்றதும் மிகவும் கவனமாக கதவைச் சாத்தினார். சாத்தியவுடனேயே, அடக்க முடியாமல் வெடித்துச் சிரித்தார், "ஹாஹாஹாஹா."

மனுவேல், பவுலோ மற்றும் அவர்களது மணப்பெண்கள் அனைவரும் குழப்பத்துடன் ஒருவரையொருவர் பார்த்துக்கொண்டார்கள். மனுவேல் தன் சகோதரரிடம் "காவலர் ஏன் சிரிக்கிறார்?" என்று மெல்ல கேட்டார்.

இளைய சகோதரரான மார்க்கோ அறைக்குள் நுழைந்தார். அவரது கையில் அசிங்கமான கம்பளிப்பூச்சி, அவரது முன்னங்கை நீளத்துக்கு இருந்தது. "பெர்ட்டாவைப் பாருங்கள். இது என் மனைவியாக இருக்க சம்மதம் தெரிவித்துள்ளது" மிகப்பெரிய புழுவை வருடிக்கொண்டே சொன்னார்.

சிறிதுநேரம், அரசர் எதுவுமே சொல்லவில்லை. அவர், அமைதியாக மூன்றாவது இளவரசியைப் பார்த்தார். தன் வெள்ளைத் தாடியைத் தடவினார். அசட்டுச் சிரிப்பில் அவர் முகம் விரிந்தது.

"நல்ல நகைச்சுவையாக இருக்கிறதே" என்றார்.

"இல்லை அப்பா! நகைச்சுவை அல்ல. நான் உண்மையிலேயே பெர்ட்டாவை திருமணம் செய்யப்போகிறேன்" என்றார் மார்க்கோ.

“ஹா..ஹா..ஹி” அரசர் தொடர்ந்து சிரித்துக்கொண்டே இருந்தார்.

“அப்பா! நீங்கள் எதிர்பார்ப்பதுபோல் இவள் இல்லை என்று எனக்குத் தெரியும். ஆனால், என் பயணம் முழுவதும் இவள் உடன் வந்தாள். என் இதயத்தைக் கொள்ளைகொண்டாள்” மார்க்கோ சொன்னார்.

திடீரென்று சிரிப்பதை அரசர் நிறுத்தினார். அவரது உதடுகள் வெள்ளையாகின, “என்னது?” எழுந்து கட்டிலில் அமர்ந்து கேட்டார்.

“பெர்ட்டா என்னைத் திருமணம் செய்யப் போகிறாள்” மார்க்கோ இன்னொரு முறை விளக்கினார்.

“வெளியே போ! முடிநிறைந்த அந்தப் புழுவை இங்கிருந்து எடுத்துச் செல். கம்பளிப்பூச்சியை மருமகளாக நான் ஏற்றுக்கொள்ள மாட்டேன்” அரசர் கத்தினார்.

முன்னும் பின்னும் ஆடிக்கொண்டிருந்த நாற்காலியில் மெல்ல பெர்ட்டாவை வைத்தார் மார்க்கோ. பிறகு, அமைதியாக தந்தையின் கட்டிலுக்குச் சென்றார். “அப்பா,” உறுதியான குரலில் சொன்னார், “உங்கள் மீது எனக்கு மரியாதை இருக்கிறது. உங்கள் மகிழ்ச்சியை நான் குலைக்க விரும்பவில்லை.”

பேசுவதை சற்று நிறுத்திவிட்டு, திரும்பி கம்பளிப்பூச்சியைப் பார்த்தபடி, பெர்ட்டாவுக்கு மாயாஜாலம் தெரியும். அவள், கம்பளிப்பூச்சி மாதிரி தெரிகிறாள் என்பது எனக்குத் தெரியும். ஆனால், நான் இதுவரை பார்த்த பெண்களிலேயே, இவளைப்போல அறிவுத் தெளிவோடு பேசிய ஒரு பெண்ணை நான் பார்த்ததில்லை” என்றார் மார்க்கோ.

அரசர் உறுமினார். தலையை வேறு பக்கமாகத் திருப்பினார்.

“மிகவும் முக்கியமாக,” மார்க்கோ சொன்னார், “அவள் என்னை அன்பு செய்கிறாள். நானும் அவளை அன்பு செய்கிறேன்.” மார்க்கோ தந்தையின் அருகில் சென்று, தந்தையின் தோளில் கை வைத்து, “தயவுசெய்து கேளுங்கள் அப்பா” என்றார்.

அன்பும் அக்கறையும் மிகுந்த தந்தை, மெல்ல திரும்பி மகனின் முகத்தைப் பார்த்தார்.

“உலகில் வாழ்கிறவர்களிலேயே நான்தான் மகிழ்ச்சியானவனாக இருப்பேன்... இல்லை! இவள்

இருப்பதால், தற்போது வாழ்கிறவர்களிலேயே நான்தான் மகிழ்ச்சியானவனாக இருக்கிறேன். தயவுசெய்து, கெஞ்சிக் கேட்கிறேன், எங்களை ஆசிர்வதியுங்கள்" என்றார் மார்க்கோ.

அரசர் வெகுநேரம் அமைதியாக இருந்தார். இறுதியில் அவர் பேசத் தொடங்கியபோது, களைப்பும் கவலையுமாக இருந்தார். "நீ ஒரு முட்டாள். மொத்த நகரமும் உன்னை எள்ளிநகையாடப் போவதைக் குறித்து உனக்குக் கவலையில்லையென்றால், நீ விரும்பியபடி செய்யலாம்" என்றார் மார்க்கோவிடம்.

"ஓ! நன்றி தந்தையே!" அரசரின் கையில் முத்தம் கொடுத்து, "நான் உங்களுக்கு நன்றிக்கடன் பட்டிருக்கிறேன்" என்றார் மார்க்கோ.

மறுநாள் காலையில், "மணப்பெண்கள் தங்களுக்கான முகத்திரைகளை நெய்வதற்கு போதுமான நாட்கள் வேண்டும் என்பதால், மூன்று நாட்களுக்குப் பிறகு திருமணம் நடக்கும்" என்று அரசர் அறிவித்தார். பிலிப்பைன்ஸ் நாட்டு கலாச்சாரத்தின்படி, ஒற்றுமையின் அடையாளமாக, மணமக்கள் இருவரின் தலையிலிருந்து தோள்வரை ஒற்றை முகத்திரையைத் தொங்கவிடுவது வழக்கம். இருவரையும் போர்த்துகிற அளவு பெரிய முகத்திரை தயாரிப்பதற்கு மூன்று நாட்கள் மிகவும் குறைவு என்பதால், மணப்பெண்கள் உடனடியாக வேலையைத் தொடங்கினார்கள்.

மனுவேலின் மணப்பெண், பட்டு மற்றும் அன்னாசிப் பழ இழைகளுடன்கூடிய மென்மையான முகத்திரையை நெய்தார். பவுலோவின் மணப்பெண், காட்டு வாழை இலையைப் பயன்படுத்தி, கனமான ஆடையை நெய்தார். பிறகு, அதில் சிவப்புச் சாயம் ஏற்றினார்.

திருமண நாளன்று, நகரத்து மக்கள் அனைவரும் பார்க்கும்படி ஒவ்வொரு தம்பதியினரின் வண்டியின் பின்னால் முகத்திரை வைக்கப்பட்டிருந்தது. திருமண

ஊர்வலம் மெல்ல நகரத்து வீதிக்கு வந்ததும், மக்களின் வாழ்த்தொலி விண்ணைப் பிளந்தது.

“இறைவன் உங்களை ஆசிர்வதிப்பாராக”

“அந்தப் பெண் மிகவும் அழகாக இருக்கிறார்”

“உங்கள் இருவருக்கும் வாழ்த்துகள்”

“நிறைய குழந்தைகளுடன் நலமோடு வாழ்க”

இருவருடைய அழகிய முகத்திரையும், பெர்ட்டா நெய்த செழிப்பான பட்டு துணியுடன் ஒப்பிடவே முடியாது. மார்க்கோவின் வண்டியை, அங்குலம் அங்குலமாக வண்ண பட்டு அலங்கரித்தது. அதன் ஒவ்வொரு நூலிழையும் காலைநேர சூரிய வெளிச்சத்தில் பிரகாசமாக மின்னியது. என்னதான் துணி வசீகரமாக இருந்தாலும், மார்க்கோவின் கம்பளிப்பூச்சி மணப்பெண்ணைப் பார்த்ததும், கூட்டத்தினர் ஏளனம் செய்தனர்.

“உன்னைவிட இவளுக்கு நிறைய முடி இருக்கிறது” மார்க்கோவைப் பார்த்து யாரோ கத்தினார்கள்.

“நீ என்னுடைய ஆட்டுக்குட்டியைத் திருமணம் செய்திருக்கலாம்” என்று மற்றொருவர் சொல்லிச் சிரித்தார்.

“இளைய இளவரசி, பார்வையற்றவள்” என்றார் இன்னொருவர்.

மார்க்கோ காதலுடன் பெர்ட்டாவின் கழுத்தை தன்னியல்பாகத் தடவினார். "கவலைப்படாதே அன்பே!" ஆறுதலளிக்கும் குரலில் சொன்னார், "அவர்கள் என்ன வேண்டுமென்றாலும் சொல்லிச் சிரிக்கட்டும். நான் இப்போதும் உன்னைக் காதலிக்கிறேன்."

ஊர்வலத்தின் முடிவில், வண்டியிலிருந்து இறங்கிய தம்பதிகள், திருமண திருப்பலிக்காக தனியாக போடப்பட்டிருந்த பீடத்தை நோக்கிச் சென்றார்கள். பீடத்துக்கு மேலிருந்த மாடத்திலிருந்து அரசர் பார்த்தார். மனுவேலும் பவுலோவும் பூரிப்புடன் கம்பீரமாக திருப்பலி முழுவதும் தங்கள் மணப்பெண்ணுடன் இருந்தார்கள்.

மார்க்கோ, ஆபத்திலிருந்து காப்பதுபோல, தன் நெஞ்சோடு பெர்ட்டாவை அணைத்திருந்தார். இறுதியில், அவர்களின் தோள்களைச் சுற்றி முகத்திரையை போடுவதற்காக, ஜோடிகளை மண்டியிடச் சொன்னார் கத்தோலிக்க கிறிஸ்தவ மத அருள்தந்தை.

மார்க்கோ மண்டியிடப்போகும்போது, பெர்ட்டா திடீரென்று பேசினாள், "என்னை தரையில் போட்டு, உங்கள் காலால் என்னை நசுக்குங்கள்."

"என்னது? ஏன்" மார்க்கோ பதறினார்.

"மார்க்கோ, தயவுசெய்து செய்யுங்கள். கேள்விகள் கேட்காதீர்கள். என்னை நம்புங்கள். நான் சொல்வதைச் செய்யுங்கள்" மெல்ல பதில் சொன்னாள்.

"ஆனால்...."

"இப்போதே, என் இளவரசே!" மணப்பெண் கம்பளிப்பூச்சி அவசரமாகச் சொன்னாள், "மிகவும் தாமதமாவதற்கு முன்னதாக, நீங்கள் கண்டிப்பாகச் செய்ய வேண்டும்" என்றாள்.

குழப்பத்துடன் தலையை ஆட்டிய மார்க்கோ, அவள் சொன்னதுபோலவே தரையில் மெதுவாக வைத்தார். பிறகு, தன் கண்களை இறுக்கி மூடிக்கொண்டு, காலைத் தூக்கி, அவள் கழுத்தை நோக்கி கீழே கொண்டு சென்றார்.

கண்கள் மூடியிருந்தாலும், அவருக்கு முன்னால் திடீரென பிரகாசமான வெளிச்சம் பரவியதைப் பார்த்தார். பலமான குளிர்ந்த காற்றை உணர்ந்தார். கண்களைத் திறந்தபோது, அவர் அதுவரை பார்த்திராத மிகவும் அழகான ஒரு பெண் அவருக்கு முன் நிற்பதைக் கண்டார். வியப்புடன் அவளை நோக்கினார்.

மக்கள் அனைவரும் வியப்பில் மூச்சுவிட மறந்தனர். மார்க்கோவின் சகோதரர்களால் வெறித்துப் பார்க்க மட்டுமே முடிந்தது. இப்பெண்ணின் சிவப்பு உதடுகளும், பாதாம் பருப்பு வடிவிலான கண்களும், அற்புதமான அழகும், மற்ற இரண்டு பெண்களையும் ஏழை விவசாயிகள் வீட்டுப் பெண்களைப்போல காட்டின.

"கடைசியில் எனக்கு விடுதலை கிடைத்துவிட்டது" மார்க்கோவின் கன்னத்தில் முத்தமிட்டுக்கொண்டே, "உங்களுக்கு நன்றி" என்றார் அப்பெண்.

பேச்சு வராமல் மார்க்கோ தடுமாறினார் "நீ.... நீங்கள் யார்?"

அந்த பெண், தன்னுடைய நீளமான முடியை பின்னால் தூக்கிப்போட்டுவிட்டு, சிரித்தார். "நான் பெர்ட்டாதான். ஒருகாலத்தில், நான் இளவரசியாக இருந்தேன். ஒரு மந்திரவாதி, ஓர் இளவரசனின் தூய்மையான அன்புதான் உன்னை விடுதலை செய்யும் என்று எனக்கு சாபம் கொடுத்துவிட்டான்" என்றார்.

"பெர்ட்டா" இளம் இளவரசர், நம்பிக்கையில்லாமலே கூப்பிட்டார்.

"ஆமாம், இளவரசே! உண்மையில் நான்தான்" என்றார் பெர்ட்டா.

மெல்ல மார்க்கோவின் முகத்தில் புன்னகைப் பரவியது. "பெர்ட்டா! ஆமாம் நீ பெர்ட்டாதான்" என்றார்.

மக்கள் மகிழ்ச்சியில் திளைத்தார்கள்.

பெர்ட்டாவை தன் கைகளில் ஏந்தி அவருக்கு முத்தம் கொடுத்தார் மார்க்கோ. அரசர் தன் இருக்கையிலிருந்து எழுந்து, மகிழ்ச்சியில் கைகள் தட்டினார்.

மதியத்துக்குள் மூன்று இளவரசர்களுக்கும் திருமணம் நடந்தது. நடனம் ஆடியும், பாட்டு பாடியும், சுவையான கறி உணவு உண்டும் நகரம் முழுமையும் கொண்டாடினார்கள். காலப்போக்கில், மற்ற இரண்டு இளவரசிகளையும்விட, கம்பளிப்பூச்சியாக இருந்து மாறிய இளவரசியை அரசர் அதிகம் அன்பு செய்யத் தொடங்கினார். அவர், இறப்பதற்கு முன்பாக, இளைய மகன் மார்க்கோவிடம் அரியணையை விட்டுச்சென்றார்.

★

ரூ.ம.ஜெயசீலன் எழுத்துப் படைப்புகள்

கீற்று வெளியீடு

01. பச்சைச் சருகுகள்

நியூ செஞ்சுரி பதிப்பகம்

02. மலேசிய வேருக்குள் தமிழர் இரத்தம்

03. ஈழ யுத்தத்தின் சாட்சிகள்

பாரதி புத்தகாலயம்

04. உஷ்... குழந்தைங்க பேசுறாங்க

05. காயம் போற்றும் காவியம்

06. இது நம் குழந்தைகளின் வகுப்பறை

- கவிதை உறவு – 2015 இரண்டாம் பரிசு.
- சென்னை புத்தகத் திருவிழா -2017 சிறந்த கல்வி நூல் விருது.
- தமிழ்நாடு கல்வியியல் பல்கலைக்கழகப் பாடத்திட்டத்தில் EPC – Reading and Reflecting on Texts பிரிவில் இடம் பெற்றுள்ளது.

07. வாழ்வைத் திறக்கும் சாவி

- கவிதை உறவு – 2020 முதல் பரிசு

வைகறை பதிப்பகம்

08. எந்தப் பிழையால் இந்தத் தலைமுறை

09. திருநங்கைகள் : வாழ்வியல் – இறையியல்

10. இஸ்ரயேல் - அகதிகளாய் அலைந்தவர்களின் வரலாறு

ஆனந்தா பதிப்பகம்

11. புனித பீட்டர் தமியான்

12. புனித சந்தியாகப்பர்

13. அமைதியின் அருளோவியம்: அருளாளர் இரண்டாம் ஜான் பால்

நல்லாயன் பதிப்பகம்

14. புனிதர்களோடு வழி நடக்க வழி நடத்த (மூன்று பாகங்கள்)

நண்பர்கள் வெளியீடு

15. நாவலர் மன்றம்: ஈழத்தமிழ் எழுத்தாளர்கள் வரலாறு

மொழிபெயர்ப்பு

16. நதி வாழ்வு நிறை வாழ்வு - ஆவணப்படம்

17. என் பெயர் நுஜூத், வயது 10, விவாகரத்து ஆகிவிட்டது (டிஸ்கவரி புக் பேலஸ்)

18. என் அன்புக்குரிய குழந்தைகளை விட்டுவிட்டு... (ஜப்பான் இலக்கியம்; நல்லாயன் பதிப்பகம்)

19. ஆன்டன் செகாவ் சிறுகதைகள் (பாரதி புத்தகாலயம்)

20. கொரிய நாட்டு குழந்தைகளுக்குப் பிடித்த கதைகள் (பாரதி புத்தகாலயம்)

21. ஜப்பான் நாட்டு குழந்தைகளுக்குப் பிடித்த கதைகள் பாகம் – 1 (பாரதி புத்தகாலயம்)

22. ஜப்பான் நாட்டு குழந்தைகளுக்குப் பிடித்த கதைகள் பாகம் – 2 (பாரதி புத்தகாலயம்)

23. பிலிப்பைன்ஸ் நாட்டு குழந்தைகளுக்குப் பிடித்த கதைகள் (பாரதி புத்தகாலயம்)

மேலும்,

- மொழிபெயர்ப்புச் சிறுகதைகள் இடம்பெற்றுள்ள தொகுப்புகள்:

1. ஜப்பானிய மொழிபெயர்ப்புச் சிறுகதைகள் (கனலி)
2. பூமி இழந்திடேல்: சூழலியல் காலநிலைச் சிறப்பிதழ் (கனலி)
3. அமெரிக்க மொழிபெயர்ப்புச் சிறுகதைகள் (கனலி)

- எட்டாம் வகுப்பு வளரும் இளமை நன்னெறி பாட நூலாசிரியர்களுள் ஒருவர்.

www.ingramcontent.com/pod-product-compliance
Lightning Source LLC
LaVergne TN
LVHW060140051026
849517LV00007B/2517
* 9 7 8 9 3 9 5 7 7 6 2 2 6 *